ചുംബനം

കഥകൾ

MALAYALAM

CHUMBANAM

STORIES

TOMI EAPEN

First Edition Oct. 2020

Re Print December 2021

Type settings & Coverdesign : Satheesh graphiczone

Setting : graphiczone

ISBN : 978-81-949184-5-5

Publishesrs : Bodhi Books, Pathiyoor P.O, Keerikad,
Kayamkulam 690508
9447304886,8281602886
bodhibooks03@gmail.com,
editorbodhibooks@gmail.com

Distribution : Sanghamitra,
Keerikad, Kayamkulam 690508
9061108334

Printed at:Bodhi Digital Press

Price : Rs. 150.00

സമർപ്പണം

ഡാഡിയുടേയും അമ്മച്ചിയുടേയും
പപ്പയുടേയും വറ്റാത്ത ഓർമ്മകൾക്കുമുമ്പിൽ
സസ്നേഹം സമർപ്പിക്കട്ടെ
എന്റെ ഈ ചുംബനം..

ടോമി ഈപ്പൻ

ചുംബനം

കഥകൾ

ബോധി ബുക്സ്

പ്രസാധകക്കുറിപ്പ്

കഥകൾ, ജീവിതത്തെ വിവിധ കോണുകളിൽ നിന്നു നോക്കിക്കാണുന്നതിന്റെ ആഖ്യാനങ്ങളാണ്. ഓരോരുത്തരുടെയും ആഖ്യാന വൈവിധ്യം, ബഹുവിധ നോക്കുപാടുകളുടെ വൈചിത്ര്യം തന്നെയാണ്. അതു തന്നെയാണ് ജീവിതത്തിന്റെ സാധ്യതകളും.

വാക്കുകൾകൊണ്ട് അവധാനതനയോടെ ജീവിതാവസ്ഥകളെ കാണിച്ചു തരാനുള്ള രചയിതാവിൻറെ കൗശലമാണ് ഓരോ രചനയുടെയും മൗലികതയെ അടയാളപ്പെടുത്തുന്നത്. ടോമി ഈപ്പന്റെ ചുംബനം സ്വതന്ത്രരചനകളും വിവർത്തനങ്ങളും ഉൾപ്പെടുന്ന മൗലിക മുദ്രയുള്ള പതിനാലു കഥകളുടെ സമാഹാരമാണ്.

വായനക്കാരെ നവ്യമായ അനുഭവങ്ങളുടെ ലോകത്തേക്ക് കൈപിടിച്ചാനയിക്കാൻ ശേഷിയുള്ള ഈ കഥകൾ കൈരളിക്ക് തീർച്ചയായും അനുഗ്രഹമാണ്.

ഹരികുമാർ ഇളയിടത്ത്

ആമുഖം

എന്റെ പുതിയ പുസ്തകം 'ചുംബനം' നിങ്ങളുടെ മുന്നിൽ എത്തി നിൽക്കുന്നു. വായിച്ച് ആസ്വദിക്കാനാവുന്നെങ്കിൽ കൃതാർത്ഥനായി. ജീവിതാനുഭവങ്ങളെ എപ്പോഴും താലോലിക്കാറുണ്ട്. ഇത്തിരി ഭാവനയിൽ മുക്കിയപ്പോൾ ഈ അനുഭവങ്ങൾക്ക് ഒത്തിരി ഒഴുക്ക് ഉണ്ടായി. അതിനൊക്കെ കഥാരൂപം കൈവന്നപ്പോൾ, തോന്നി പിന്നെയും എഴുതണമെന്ന്. ചില പത്രമാസികകൾ, അത് പ്രസിദ്ധീകരിച്ച് കണ്ടപ്പോൾ ഏറെ സന്തോഷം തോന്നി. പിന്നെ, പിന്നെ ഒരു സമാഹാരത്തിന്റെ ചിന്ത ഏറിവന്നു. 'എഴുത്തുപുര 'കൂട്ടായ്മയുടെ പ്രോത്സാഹനം മുന്നോട്ടു കുതിപ്പിച്ചു. ഗുരുവും അഭ്യുദയകാംക്ഷിയുമായ ഡോ. ഓണക്കൂർ ജോർജ്ജ് അവതാരിക എഴുതി. ശ്രീമതി മേനക ഗാന്ധിയുടെ രണ്ടു കഥകളുടെ വിവർത്തനവും ചേർത്തു. എല്ലാവരോടും കടപ്പെട്ടിരിക്കുന്നു. ഹൃദയഭാഷയിൽ നന്ദിയും രേഖപ്പെടുത്തുന്നു.

ടോമി ഈപ്പൻ

ആലപ്പുഴ
25.09.2020

അവതാരിക

ജീവിത സമസ്യകളുടെ അഞ്ചാംകോൺ

ഡോ. ജോർജ്ജ് ഓണക്കൂർ

സുഖാന്വേഷിയായ മനുഷ്യന് ദു:ഖങ്ങൾ പകരം കിട്ടുന്നു എന്നത് ജീവിതത്തിന്റെ യാദൃശ്ചികതയാണ്. രക്ഷപെടാൻ കഴിയാത്ത വിഷമ വൃത്തത്തിൽ അവൻ അകപ്പെട്ടിരിക്കുന്നു. പൊള്ളുന്ന യാഥാർത്ഥ്യങ്ങ ളിൽ നിന്ന് ഒരിക്കലും മോചനമില്ല.

ഈ സത്യത്തിന്റെ അഗ്നിയിൽ നിന്നുയരുന്ന ചൂടിലും പുകയിലും കാലത്തിന്റെ തത്ത്വം തിരയുന്ന കലാകാരൻ ഒട്ടേറെ അനുഭവങ്ങൾക്ക് സാക്ഷിയാകുന്നു. നിസ്സാരമെന്ന് തോന്നാവുന്ന സംഭവങ്ങൾക്കിടയിലും ഉള്ളുലയുന്നു. ഇളംകാറ്റിൽ ഭൂമി പ്രകമ്പനം കൊള്ളുന്നു. ഈ അസ്വാ സ്ഥ്യമാണ് കലാസൃഷ്ടിയുടെ ആദിബീജം.

കട്ടിയുള്ള പുറംതോട് പൊളിച്ചുകളഞ്ഞാൽ മാത്രമേ ജീവന്റെ ആദ്യ ചലനം പ്രത്യക്ഷമാകൂ. ഭാഷയ്ക്കുള്ളിൽ മറ്റൊരു ഭാഷ തേടുംപോലെ എല്ലാ സാധാരണത്വത്തിലും അസാധാരണമായ ചിലത് കണ്ടെത്തണം. ഈ അപൂർവതയ്ക്ക് വേണ്ടിയുള്ള അന്വേഷണവും അവയുടെ ആവി ഷ്ക്കാരവും കലാജീവിതത്തെ വ്യത്യസ്തമായ അനുഭവമാക്കിത്തീർക്കു ന്നു. മെരുങ്ങാത്ത ജീവിയാക്കി കലാകാരനെ നിലനിറുത്തുന്നു.

ശ്രീ. ടോമി ഈപ്പന്റെ കഥകളിലൂടെ കടന്നുപോയപ്പോൾ പരിചി തമായ യാത്രാപഥത്തിലൂടെ സഞ്ചരിക്കുംപോലെ തോന്നി ആദ്യം. എന്നിട്ടും ഇടയ്ക്കിടെ കാണാനായ ചില ദൃശ്യങ്ങൾ വിസ്മയം വളർ ത്തി. എന്ത് ഇങ്ങനെയോ എന്ന ചോദ്യമുയർന്നു. നാലുകോണുമൊ പ്പിച്ച് സമചതുരമാക്കാൻ ബദ്ധപ്പെടുന്ന ജീവിതത്തിന്റെ സാമ്യതയ്ക്കി ടയിൽ അപ്രതീക്ഷിതമായി ഒരു അഞ്ചാം കോൺ. നേർവരകൾ പല പ്പോഴും ഇടറുകയോ മുറിയുകയോ ചെയ്യുന്നു. സമാന്തരരേഖകൾ തെളി ഞ്ഞുവരുന്നതും അനുഭവം. അങ്ങനെ യാത്ര ഉദ്വേഗജനകമായി. ഉല്ലാ സപൂർണ്ണമായി. ഒരു പുതിയ കഥാകാരന്റെ ഭാവനാലോകത്തിലൂടെ കടന്നുപോകാനായത് വൃഥാവിലാവില്ല എന്ന ആശ്വാസവും അഭിമാ നവും ബാക്കിയായി.

പതിനാല് കഥകളാണ് ‘ചുംബനം’ എന്ന പേരിട്ട് ശ്രീ. ടോമി

ഈപ്പൻ സമാഹരിക്കുന്നത്. കുസൃതിക്കണ്ണോടെ ജീവിതത്തെ ഉറ്റുനോക്കിയിരുന്ന വിദ്യാർത്ഥിയായ ടോമിയെ വർഷങ്ങൾക്കുമുമ്പുതന്നെ ക്ലാസുമുറികളിൽവെച്ച് ഞാൻ ശ്രദ്ധിച്ചിരുന്നു. സമർത്ഥനായ വിദ്യാർത്ഥി, ജീവിതത്തിന്റെ പരമാർത്ഥം തിരയുന്ന കഥാകാരനായി വളരുന്നതിൽ തെല്ലൊന്നുമല്ല എനിക്ക് ആഹ്ളാദം. തുടക്കക്കാരന്റെ ഇടർച്ചയോ ഗതാനുഗതികത്വമോ ഇല്ലാതെ സ്വതന്ത്രവും ധീരവുമായ മാർഗ്ഗം തെരഞ്ഞെടുത്തിരിക്കുന്നതും അനുമോദനമർഹിക്കുന്നു.

കഥകളുടെ അന്ത:പുരങ്ങൾ തുറക്കുമ്പോൾ ആദ്യം കൗതുകകരമായിത്തീരുക ഇതിവൃത്തത്തിലെ വൈവിധ്യമാണ്. സമൂഹം വ്യക്തികൾക്കിടയിൽ അറിയപ്പെടാത്തവരുടെ സ്മരണകൾ അമർന്നുപോകുന്നു. അത്തരം പവിത്രമായ ഒരോർമ്മയുടെ ചിത്രീകരണമാണ് ആദ്യകഥ തന്നെ. പുന്നപ്ര-വയലാർ സമരചരിത്രത്തിലെ ഏറ്റവും വലിയ നായകന്റെ ചിത്രം തേജസ്സാർജ്ജിക്കുന്നത് ഇവിടെ ദർശിക്കാം. ഇഷ്ടകാമുകനുവേണ്ടി ജീവിതം പ്രാർത്ഥനയാക്കിയ സരോജത്തെ ചെമ്മൺപാതയിൽ നാം പരിചയപ്പെടുന്നു. നഷ്ടപ്രേമത്തെക്കുറിച്ച് അവൾക്ക് പരിഭവങ്ങളില്ല. ഇപ്പോഴും ആ മനസ്സ് ചുവന്ന മൺപാതയാണ്. യാന്ത്രികത്വമില്ല. സത്യത്തിന്റെ പരുപരുത്ത മുഖം. പരിഷ്ക്കാരം ചെത്തിമിനുസമാക്കാത്ത യഥാർത്ഥ മാനവികതയുടെ ഭാവം കഥാകാരൻ നമുക്കു കാണിച്ചുതരുന്നു. തന്നെ വഞ്ചിച്ച് മറ്റൊരുവന്റെ കാമുകിയായിട്ടും മാപ്പിരന്നു മടങ്ങിവരുമ്പോൾ പൊറുക്കാൻ മടിയില്ലാത്ത ഭർത്താവ് 'മാപ്പ്' എന്ന കഥയിലെ കേന്ദ്ര കഥാപാത്രമാണ്. സാധാരണഗതിയിൽ അവിശ്വസനീയത കലരുന്ന ഇക്കഥപോലും ശില്പയന്ത്രത്തിൽ പുലരുന്ന മിഴിവുകൊണ്ട് മികവുറ്റതായി തീർന്നിരിക്കുന്നു.

ഓരോ കഥയുമെടുത്ത് പരിശോധിക്കേണ്ടതില്ല. ഒരാമുഖക്കുറുപ്പിൽ എന്തായാലും വ്യത്യസ്തമായ ഒരു കഥയെക്കുറിച്ചുകൂടി പരമാർശിക്കാതെ പിന്തിരിയാനാവുന്നില്ല. മാധവിക്കുട്ടിയുടെ 'എന്റെ കഥ' എന്ന ഗ്രന്ഥത്തിൽ പ്രത്യക്ഷയാകുന്ന ഫ്ളോറി എന്ന കഥാപാത്രത്തെ കേന്ദ്രീകരിച്ചുള്ള ഹൃദ്യമായ ചിത്രീകരണമാണ് ഈ കഥാശില്പം. സാഹിത്യത്തിൽ ഏറെ ശ്രദ്ധാർഹരായ കഥാപാത്രങ്ങളെ അവലംബിച്ചു നടത്തുന്ന ഇത്തരം കഥാരചനകൾ സ്വാഗതം ചെയ്യപ്പെടാവുന്ന ഒരപൂർവ്വ സമീപനത്തിനു സാക്ഷ്യം വഹിക്കുന്നു.

ലളിതവും ആത്മാനുരാഗം വളർത്തുന്നതുമായ രചനാശൈലി കൊണ്ട് അനുഗൃഹീതരായ ടോമി കഥകൾ മലയാള സാഹിത്യത്തിൽ പുതിയ വഴിത്താര സൃഷ്ടിക്കുന്നു എന്നൊന്നും ഞാൻ പറയുന്നില്ല.

അത്തരം പ്രശംസകൾ കഥാകാരനു ഗുണം ചെയ്യില്ല. ഒരു തുടക്കക്കാരന്റെ പതർച്ചകളില്ലാതെ, ആവർത്തനങ്ങളുടെ അലോസരങ്ങളില്ലാതെ ഹൃദ്യമായി കഥ പറയുന്നു ടോമി ഈപ്പൻ. അതാണ് പ്രധാനം. ടോമി പറയുന്ന കഥകളിൽ നാം കഥാപാത്രങ്ങളാകുന്നു. അതിൽ തുടിക്കുന്ന വികാരങ്ങൾ അനുവാചക ഹൃദയങ്ങളെ തൊട്ടുണർത്തുന്ന ശക്തിസ്രോതസ്സുകളാണ്. പുതിയ കഥാരചനകളിലൂടെ ശ്രീ ടോമി ഈപ്പൻ മലയാള ചെറുകഥയിൽ സ്വന്തമായ ഇരിപ്പിടം കണ്ടെത്തട്ടെ എന്ന് ഞാൻ ഹൃദയപൂർവ്വം ആശംസിക്കുന്നു.

ഉള്ളടക്കം

പവിത്രസ്മരണ

നേരം വെളുത്തു. നന്നേ വെളുത്തില്ലെന്നു മാത്രം. കിഴക്കേ ചക്രവാള ത്തിൽ നിന്നും ഒഴുകുന്ന വെള്ളിരേഖകൾക്ക് ശക്തിയേറണമെങ്കിൽ ഇനിയും നാഴിക കുറെ കഴിയണം.

ശേഖരൻ ഒരുങ്ങിക്കഴിഞ്ഞു. പുത്തൻ കാക്കിപാന്റ്സും, ഷർട്ടും, പി-ക്യാപ്പും, ബെൽറ്റും, ബ്രൗൺഷൂസും അവനെ ഒരു പുത്തൻ പോലീ സുകാരനാക്കി. പോളിഷ് ചെയ്തു മിനുക്കിയ ഷൂസിൽ നോക്കിയാൽ ആ മുഖം കാണാം. - പഴുതാര പോലത്തെ ചെറുമീശയും, ചീകി ഒതു ക്കിയ ചുരുളൻ മുടിയും, ക്ഷൗരം കഴിഞ്ഞു മുഖത്തുപുരട്ടിയ ആഫ്റ്റർ ഷേവിന്റെ മണവും എല്ലാം അവനെ കൂടുതൽ സുന്ദരനാക്കി.

"എങ്ങനെയുണ്ട് അമ്മേ....?"

"നന്നായിവാ മോനേ...." വാർദ്ധക്യത്തിന്റെ വിറയൽ ആ ശബ്ദ ത്തിൽ തങ്ങിനിന്നു. വർഷങ്ങൾ ഒത്തിരി കടന്നുപോയതുകൊണ്ടല്ല കമലാക്ഷി വയസ്സിയായത്! ഇന്നിലേയ്ക്കു കടന്നുവന്ന ഇന്നലെകളുടെ കാഠിന്യമാണ് അവരെ വയസ്സിയാക്കിയത്. കാലം കനിഞ്ഞുകൊടുത്ത കോലം..... അകാലത്തിൽ വിധവയായപ്പോൾ കൂടെ കിട്ടിയത് എട്ടും പൊട്ടും തിരിയാത്ത ശേഖരനുണ്ണിയെയാണ്. അച്ഛൻ അവനു വെറും ഓർമ്മ മാത്രമാണ്.

ആ ഉണ്ണി ഇന്നു പോലീസുകാരനായി. ഇരുപത്തി ഒന്നാമത്തെ വയ സ്സിൽ സർക്കാർ ശമ്പളം വാങ്ങാൻ അവനു തരപ്പെട്ടു. ഇന്ന് അവൻ അടുത്തുള്ള സ്റ്റേഷനിൽ ചെന്നു ചാർജ്ജെടുത്തു ജോലിയിൽ കയറു ന്നു. നീണ്ട പരിശീലനം കഴിഞ്ഞ് ഉണ്ണി വന്നിട്ട് ഒന്നര ആഴ്ച കഴി ഞ്ഞതേ ഉള്ളൂ.

"ഇറങ്ങട്ടെ അമ്മേ....", ശേഖരൻ കുനിഞ്ഞ് അവരുടെ കാലുകൾ വന്ദിച്ചു. കെട്ടിപ്പിടിച്ചു നെറുകയിൽ ചുംബിച്ചുകൊണ്ടവർ പറഞ്ഞു.

"അവിടെ അച്ഛന്റെ കുഴിമാടത്തിൽചെന്ന് അനുഗ്രഹം വാങ്ങിക്കൂ...."

അപ്പുറത്തെ പേരമാവിൻചോട്ടിൽ സിമന്റ് പൂശിയ കൽക്കെട്ട്. അവിടെ വളരുന്ന തുളസിച്ചെടിയിൽ നീണ്ടപൂക്കുലകൾ ഉണ്ട്. തുളസിയുടെ ഗന്ധം അച്ഛന്റെ ഓർമ്മയായി അവിടെയൊക്കെ തങ്ങി

നിൽക്കുന്നു.

ഇന്ന് അവിടെ തിരിയും കത്തുന്നു. അമ്മ നേരത്തേ ഉണർന്നിരിക്കും. അച്ഛന്റെ ഓർമ്മയാണിന്ന്. വിപ്ലവാഗ്നിയിൽ എരിഞ്ഞമർന്ന കയർഫാക്ടറി തൊഴിലാളിയുടെ വേർപാട് രണ്ടു ദശാബ്ദത്തിന്റെ വിടവു സൃഷ്ടിച്ചിരിക്കുന്നു. അമ്മ പറഞ്ഞു കാണും.,

"നമ്മുടെ ഉണ്ണി ഇന്നു ജോലിക്കു പോകുന്നു. പോലീസുകാരനാ...." അച്ഛന്റെ അഴുകാത്ത അസ്ഥികൾ ഞെട്ടിക്കാണും....!

ശേഖരൻ കണ്ണടച്ചു കൈകൂപ്പി നിന്നു. ഓർമ്മകളുടെ ഇരുണ്ട അറകളിൽ അവൻ അച്ഛന്റെ മുഖം പരതിനോക്കി. വ്യക്തമല്ല. അച്ഛന്റെ വാത്സല്യം എന്നേ നഷ്ടപ്പെട്ടതാണ്. ആ സാമീപ്യത്തിന്റെ ചൂട് ആസ്വദിക്കാനുള്ള പ്രായം ഉണ്ണിക്ക് അന്ന് ഇല്ലായിരുന്നു. ജ്വലിക്കുന്ന തീനാളത്തിൽ കൈനീട്ടി, പിന്നെ നെറുകയിൽവച്ചു ഉള്ളു മൊഴിഞ്ഞു.

"അനുഗ്രഹിക്കൂ അച്ഛാ, ഈ ഉണ്ണിയെ. അച്ഛനെ രക്തസാക്ഷിയാക്കിയ പോലീസിന്റെ പടയിലേക്ക് ഈ മകനെ അനുഗ്രഹിച്ചയയ്ക്കൂ...."

ഡിഗ്രി പരീക്ഷ കഴിഞ്ഞപ്പോൾ അമ്മ വാങ്ങിത്തന്ന സൈക്കിളിൽ നേരെ സ്റ്റേഷനിൽ ചെന്നു. സർക്കിൾ നീട്ടിയ കടലാസിൽ ഒപ്പുവെച്ചു. ഒക്ടോബർ മാസം ഇരുപത്തിനാലാം തീയതി, ഉണ്ണി കെ. പി. 1122 നമ്പരോടുകൂടിയ കോൺസ്റ്റബിൾ പി. ശേഖരനുണ്ണിയായി മാറി. ആദ്യത്തെ ഡ്യൂട്ടിയും കിട്ടി. പുന്നപ്രയ്ക്കടുത്തു വലിയ ചുടുകാട്ടിൽ ഉയർന്നുനിൽക്കുന്ന രക്തസാക്ഷിമണ്ഡപത്തിനു കാവൽ!

ഇന്നു രക്തസാക്ഷിദിനമാണ്!

പുന്നപ്ര-വയലാർ രക്തസാക്ഷിദിനം!

ഒക്ടോബർ ഇരുപത്തിനാല്...........

പുന്നപ്രയിലും വയലാറിലും ദിവാൻ ഭരണത്തിനെതിരെ പൊരുതിയ പാവങ്ങളായ തൊഴിലാളികളുടെ ചോരവീണു ചുവന്നമണ്ണിൽ ഇന്നു മുഖ്യമന്ത്രി വരുന്നു. എന്നും മൂന്നുമണിയെ കാണിക്കുന്ന ചുവന്നസ്തൂപത്തിൽ റീത്തു വയ്ക്കാൻ, പിന്നെ പ്രസംഗിക്കാൻ. അവിടെയെല്ലാം ചുവപ്പുമയമാണ്. ചുവന്നതോരണങ്ങളും, കൊടിയും അന്തിക്കതിരോന്റെ ചുവപ്പേറ്റ് ഏറെ ചോരനിറമായി മാറി. മുക്കുവക്കൂരകളും

കടന്നെത്തിയ പടിഞ്ഞാറൻകാറ്റിൽ ആടി ഉലയുന്ന കൊടിതോരണങ്ങൾ, ചെങ്കടലിന്റെ അലകൾപോലെയായി. വിപ്ലവഗാനത്തിന്റെ ഈരടികൾ എവിടേയും നിറഞ്ഞുനിന്നു. അവിടുന്നും ഇവിടുന്നും എത്തുന്ന ജാഥകൾ മനുഷ്യസമുദ്രത്തെ സൃഷ്ടിച്ചു.

തുറന്ന ജീപ്പിൽ സർവ്വസന്നാഹങ്ങളുമായി മുഖ്യൻ എത്തി. അംഗരക്ഷകർ രണ്ടുപേർ ഒരു വലിയ റീത്തുമായി മുന്നിൽ മെല്ലെ നടന്നു. ചെമ്പരത്തിപ്പൂക്കളും പന്നലിന്റേയും ഫേൺസിന്റേയും ഇലകളും ചേർത്ത് ഉണ്ടാക്കിയ വലിയ റീത്ത്! പോലീസ് ബാന്റിന്റെ മാർച്ചിംഗ് ഗാനാലാപനത്തിന്റെ അകമ്പടിയോടെ മുഖ്യൻ നീങ്ങി...

ഈ റീത്ത് എവിടെയാ വെക്കേണ്ടത്? ശേഖരൻ ഓർത്തു. എന്നും മൂന്നുമണിയെ കാണിക്കുന്ന ഈ സ്തൂപത്തിന് അടിയിൽ ആരാ മരിച്ചു കിടക്കുന്നത്. പുന്നപ്ര-വയലാർ സമരകഥയിലെ ഏറ്റവും വലിയ രക്തസാക്ഷി എന്റെ അച്ഛനല്ലേ? വീട്ടിലെ പേരമാവിൻ ചുവട്ടിലെ തുളസിത്തറയുടെ കീഴിൽ അച്ഛൻ അന്ത്യവിശ്രമം കൊള്ളുന്നു. അവിടെയല്ലേ ഈ റീത്ത് വെയ്ക്കേണ്ടത്....?

പക്ഷേ, മുഖ്യൻ റീത്തു സമർപ്പിച്ചു കഴിഞ്ഞു. സ്വാഗതവും മാലയിടലും കഴിഞ്ഞു. ഇനി പ്രസംഗമാണ്. പ്രസംഗിക്കാൻ അദ്ദേഹം മൈക്കിനു മുമ്പിൽ എത്തിക്കഴിഞ്ഞു.

ശേഖരന്റെ മനസ്സ് തീർത്തും അസ്വസ്ഥമാണ്. ഇന്നലെകളിലൊക്കെ അമ്മ പറഞ്ഞ ത്യാഗത്തിന്റെ കഥ മനസ്സു മുഴുവൻ നിറഞ്ഞു നിൽക്കുന്നു. പുതിയ സാമൂഹിക വ്യവസ്ഥയ്ക്കുവേണ്ടി സ്വന്തം ജീവനെ ബലി അർപ്പിച്ച അച്ഛന്റെ കഥ.

1122, തുലാം ഏഴ്.

മഹാരാജാവിന്റെ ജന്മദിനം! അന്നദാതാവായ പൊന്നുതിരുമേനിയുടെ ജന്മദിന. എങ്ങും ഉത്സവം.

''വഞ്ചിഭൂപതി നീണാൾ വാഴട്ടെ'' - സ്ക്കൂൾ കുട്ടികൾ ജാഥയായി പാടിനീങ്ങി.

''ശ്രീ പ്ത്മനാഭദാസ വഞ്ചിപാലക ചിത്തിര തിരുനാൾ മഹാരാജാവു ഹിപ് ഹിപ് ഹുറേ....''

അവർ ഉച്ചത്തിൽ ആർത്തുവിളിച്ചു. സ്ക്കൂളുകളും സർക്കാരാഫീസുകളും അലങ്കരിച്ചിരിക്കുന്നു. കുരുത്തോലകളും ചെന്തെങ്കിൻകുലകളും നാട്ടിലെങ്ങും ഉയർന്നുപൊങ്ങി. രാജാവിന്റെ വർണചിത്രത്തിൽ രാജദാസന്മാർ മാലയിട്ടു. ജന്മികളും കരപ്രമാണിമാരും അരിയും കപ്പയും വിതരണം ചെയ്തു.

അന്നു വൈകിട്ടു പിന്നെയും ജാഥകൾ നടന്നുനീങ്ങി. തെരുവിലൂടെ, അവരുടെ മുദ്രാവാക്യം വെറെ ആയിരുന്നുവെന്നു മാത്രം. റഷ്യയിലെ വോൾഗാ നദിയുടെ കരയിൽ മാറ്റൊലികൊണ്ട വിപ്ലവത്തിന്റെ വീര്യമാർന്ന ഈരടികൾ ഇവിടേയും ഉയർന്നു. മുഷ്ടികൾ ചുരുട്ടി ആകാശത്തേക്ക് എറിഞ്ഞുകൊണ്ട് അവർ ഉറക്കെ പറഞ്ഞു:

"ഇങ്കിലാബ് സിന്ദാബാദ്!"

"ദിവാൻ ഭരണം വേണ്ടേ വേണ്ട!"

"അമേരിക്കൻ മോഡൽ ഭരണം അറബിക്കടലിൽ..."

"രാജഭരണം അവസാനിക്കട്ടെ....!"

വാടക്കനാലിന്റെ തെക്കേകരയിലൂടെ നടന്നുനീങ്ങിയ കയർ തൊഴിലാളികളുടെ ജാഥ നയിച്ചതു പൊന്നാംവെളി പവിത്രനായിരുന്നു. തിരുവിതാംകൂർ കയർ ഫാക്ടറി വർക്കേഴ്സ് യൂണിയന്റെ കമ്പനി യൂണിറ്റിന്റെ സെക്രട്ടറിയാണ് പവിത്രൻ. സംഘടിത തൊഴിലാളി യൂണിയന്റെ കരുത്തു മനസ്സിലാക്കിയ പവിത്രൻ യൂണിയന്റെ നിസ്വാർത്ഥ സേവകനായിരുന്നു. ചേർത്തല താലൂക്കിലെ പൊന്നാംവെളിയിൽനിന്നും പള്ളാത്തുരുത്തിക്കപ്പുറം കുടിയേറിയ പവിത്രൻ പിന്നെ പൊന്നാംവെളി പവിത്രനായി. ഭാര്യയും രണ്ടുവയസ്സു പ്രായമുള്ള മകനും ഉൾപ്പെടുന്ന കൊച്ചുകുടുംബത്തിന് ആ കൂര ഏറെ മതിയായിരുന്നു.

കടലോരത്തെ മത്സ്യത്തൊഴിലാളികളും കായലോരത്തെ കർഷകതൊഴിലാളികളും മർദ്ദിത ജനതയാണ്. അവിടെയെല്ലാം രാജദാസന്മാരായ ജന്മികൾ കൊടികുത്തി വാഴുന്ന കാലം. ഈ ചൂഷക വർഗത്തിനെതിരായി തൊഴിലാളിവർഗ്ഗം സടകുടഞ്ഞെഴുന്നേറ്റു. ചേർത്തല താലൂക്കിലെ വയലാറിലും മറ്റും ക്യാമ്പുകൾ നടത്തി. ജന്മിമാരുടേയും കരപ്രമാണിമാരുടേയും വാടകഗുണ്ടകളുടേയും കിരാതവേട്ട ഭയന്ന് അവർ അവിടേയും ഇവിടേയും സംഘടിപ്പിക്കുകയായിരുന്നു. വിപ്ലവത്തിന്

അവർ വിത്തുപാകി. സായുധവിപ്ലവത്തിലൂടെ മാത്രമേ ഭരണമാറ്റം സംഭവിക്കൂ എന്നവർ വിശ്വസിച്ചു.

അവരുടെ ആദ്യത്തെ സായുധവിപ്ലവം മഹാരാജാവിന്റെ ജന്മദിനത്തിൽ തന്നെ നടന്നു. പുന്നപ്ര പോലീസ് സ്റ്റേഷൻ അവർ ആക്രമിച്ചു. തോർത്തിൽ പൊതിഞ്ഞ കരിങ്കൽ കഷണങ്ങളും വെട്ടുകത്തിയും പാരയും പിന്നെ അടയ്ക്കാമരത്തിന്റെ തടിവെട്ടി കൂർപ്പിച്ച വാരിക്കുന്തവുമായിരുന്നു പ്രധാന ആയുധങ്ങൾ.

ഓർക്കാപ്പുറത്തേറ്റ ആക്രമണത്തിൽ ഇൻസ്പെക്ടറും പോലീസുകാരും കൊല്ലപ്പെട്ടു. ഗത്യന്തരമില്ലാതെ പോലീസ് വെടിവെച്ചു. ഒത്തിരിപേർ അവിടെ പിടഞ്ഞു മരിച്ചു. വെടിയേറ്റവരെ തോക്കിന്റെ പാത്തി കൊണ്ട് അടിച്ചുകൊന്നു. പുന്നപ്ര പ്രദേശം ചോരക്കളമായി മാറി. വെടിയേറ്റു ചിന്നിച്ചിതറിയ മനുഷ്യമാംസത്തിന്റെ മണം അവിടെങ്ങും തങ്ങിനിന്നു. അന്തിക്കതിരോന്റെ ചുവപ്പേറ്റ ചോരക്കളം കൂടുതൽ വിവർണമായി.

അന്നു രാത്രി-

വിറപൂണ്ട പോലീസ് ആരേയും വെറുതെ വിട്ടില്ല. യൂണിയൻകാരേയും സഖാക്കളേയും തിരഞ്ഞവർ നെട്ടോട്ടമായി.

പവിത്രൻ ഒരു യൂണിയൻ സെക്രട്ടറി മാത്രമായിരുന്നില്ല. പണ്ടുമുതലേ പോലീസിന്റെ നോട്ടപ്പുള്ളിയായിരുന്നു. കാരണങ്ങൾ പലതായിരുന്നു. രണ്ടാം ലോകയുദ്ധക്കളത്തിൽ മുറിവേറ്റു വീഴുന്ന ബ്രിട്ടീഷ് യോദ്ധാവിനെ പൊക്കി മാറ്റാനുള്ള കയർ മഞ്ചൽ - സെലീറ്റ് - ഉണ്ടാക്കാനുള്ള ഉടമ്പടി തന്റെ കമ്പനി ഏറ്റെടുത്തപ്പോൾ പവിത്രൻ അലറി.

“അതു സാമ്രാജ്യത്വത്തിന്റെ ഭാഗമാണ്”. തൊഴിലാളികൾ ജോലി ചെയ്യാൻ വിസമ്മതിച്ചു.

തീർന്നില്ല -

രണ്ടുനാൾ മുമ്പ് വയലാർ ക്യാമ്പിൽ ചീകിമിനുക്കിയ വാരിക്കുന്തങ്ങൾ ചേർത്തല തോട്ടിലൂടെ ചങ്ങാടമായി ആലപ്പുഴ വഴി പുന്നപ്രയിൽ എത്തിച്ചതും പവിത്രനായിരുന്നു.

പാതിരാത്രിയായിക്കാണും...

പൊന്നാംവെളി പറമ്പിൽ, പോലീസ് ഷൂസ് അമരുന്ന ശബ്ദം നിദ്ര കെടുത്തി താണ്ഡവനൃത്തം ചെയ്തു. രാത്രികാല ജീവികൾ പോലും വിറങ്ങലിച്ചുനിന്നു.

"എവിടേടി പവിത്രൻ.....?"

കമലാക്ഷിയുടെ മുടിക്കുത്തിൽ പിടിച്ച് ആ ഇൻസ്പെക്ടർ അലറി. മുതുകിനും നാഭിക്കും അയാൾ ചവുട്ടി! അവരുടെ ചുണ്ടിലൂടെ രക്തത്തുള്ളികൾ ഇറ്റിറ്റു നിന്നു.

"എനിക്കറിയില്ലേമ്മാനേ....", അവരുടെ സ്വരത്തിൽ കള്ളം പതിയിരുന്നത് അയാൾ ശ്രദ്ധിച്ചുകാണും.

"നിനക്കറിയില്ല അല്ലേ....", പിന്നെ എല്ലാം പോലീസുമുറയുടെ ബാക്കി ഭാഗമായിരുന്നു. ഞെട്ടിവിറച്ച രണ്ടു വയസ്സുകാരൻ ഉണ്ണി കതകിനു മറയിൽ നിന്ന് ഉറക്കെ കരഞ്ഞു. രണ്ടുപേരുടേയും തേങ്ങലുകൾ ഇരുട്ടിനെ കീറിമുറിച്ചുകൊണ്ട് അയൽക്കൂട്ടരെ നിസ്സംഗതയുടെ പാരമ്യത്തിലെത്തിച്ചു.

കരിങ്കൽ ഹൃദയക്കാർ ഉണ്ണിക്കാലിൽ ലാടംവെച്ച ഷൂസിട്ടു ചവുട്ടിയപ്പോൾ ആ അമ്മ പൊട്ടിക്കരഞ്ഞുകൊണ്ട് അലറി വിളിച്ചു.

"അരുതേ...."

ഉണ്ണിയുടെ ദീനരോദനം പറമ്പിലെ പായൽ നിറഞ്ഞ കുളത്തിലും ചലനങ്ങൾ സൃഷ്ടിച്ചിരിക്കും.

"ഞാൻ ഇവിടുണ്ടെടാ പട്ടികളേ..."

ആ സ്വരം കേട്ട ദിക്കിലേക്കാ ക്രൂരന്മാർ പാഞ്ഞു. പറമ്പിലെ പായൽക്കുളത്തിൽ പപ്പരക്കുഴലുമായി മുങ്ങിക്കിടന്ന പവിത്രൻ പൊങ്ങി വരവേ അവർ കാഞ്ചി വലിച്ചു...

"കമലേ... എന്റെ ഉണ്ണീ....!"

അത്രയുമേ അയാൾ പറഞ്ഞുള്ളൂ. ആ ചെറുകുളത്തിൽ തിങ്ങി നിന്ന പായലിന്റെ പച്ചിലകൾ അത്രയും പവിത്രന്റെ ചോരത്തുള്ളികൾ ഏറ്റുവാങ്ങി.... പിന്നെ, ആ കുളത്തിലെ വെള്ളമത്രയും ചുവന്നു.

പൊട്ടിക്കരച്ചിലും ഏങ്ങലടികളും അവിടെ ബാക്കി നിന്നു. ആരൊ

ക്കെയാ വരുന്നു, പോകുന്നു... അധികമൊന്നും ആരും സംസാരിക്കുന്നില്ല. എല്ലാ വേദനകളും ഏറ്റുവാങ്ങിയ കമലയ്ക്കു ചുറ്റും തളംകെട്ടിനിന്ന മൂകത കൂട്ടിനിരുന്നു. കാളരാത്രികളുടെ തുടക്കം - നിദ്രാവിഹീനമായ രാത്രികളുടെ തുടക്കം - അമ്മയുടെ തപസ്യയുടെ തുടക്കം....

കൈയ്യടിയൊച്ചയിൽ ശേഖരൻ ഞെട്ടിയുണർന്നു.

മുഖ്യമന്ത്രിയുടെ പ്രസംഗം തീർന്നിരിക്കുന്നു. ജനം പിരിഞ്ഞുപോകാൻ തുടങ്ങി. സൂര്യൻ പടിഞ്ഞാറെ ചക്രവാളത്തിൽ എരിഞ്ഞമരുന്നു.

“ഇല്ല, ഈ റീത്ത് എന്റെ അച്ഛന്റെ കുടീരത്തിൽ വെയ്ക്കണം.... അവിടെയാണു രക്തസാക്ഷി അന്ത്യവിശ്രമം കൊള്ളുന്നത്. അച്ഛന്റെ സ്മരണ എനിക്കെന്നും പാവനമാണ്, പവിത്രമാണ്.....”

മൂവന്തി സമയമായി.

ഒറ്റയും പെട്ടയുമായി അവിടേയും ഇവിടേയും ചിലർ ബാക്കിയുണ്ട്. സാരമില്ല. പിന്നെ ചിന്തിച്ചില്ല. ചെമ്പരത്തിപ്പൂക്കൾ കൊണ്ട് ഉണ്ടാക്കിയ ആ വലിയ റീത്തുമായി ശേഖരൻ പാഞ്ഞു! സൈക്കിളിൽ പാഞ്ഞ അയാളെ ഇരുളു പരന്ന ലോകം ശ്രദ്ധിച്ചോ, ആവോ.....?

പാടത്തെ പുതിയ ചെമ്മൺപാതയിലൂടെ, പറമ്പിലൂടെ, വേലിയിറമ്പിലൂടെ അയാൾ പാഞ്ഞു.

പൊന്നാംവെളി പറമ്പിലെ കൂരയുടെ മുന്നിൽ അമ്മ ഇരിക്കുന്നു. ദിഗന്തങ്ങൾ കീഴടക്കിയ ജേതാവിനെപ്പോലെ ആ റീത്തുമായി അവൻ അമ്മയുടെ മുന്നിൽ നിന്നു.

“അമ്മേ ഈ റീത്ത് ഇവിടെ അച്ഛന്റെ സമാധിയിൽ വയ്ക്കണം. അമ്മതന്നെ വയ്ക്കണം....”

പാവം കമലാക്ഷിക്കൊന്നും മനസ്സിലായില്ല. പക്ഷേ, ഏതോ ഒരു ഉൾപ്രേരണ അവരെ അതിനു നയിച്ചു. അവർ ആ ചെമ്പരത്തിപ്പൂക്കൾ കൊണ്ട് ഉണ്ടാക്കിയ റീത്ത് ആ കുടീരത്തിൽ വെച്ചു. നമ്രശിരസ്കയായി ഇത്തിരിനേരം നിന്നു.

പിന്നെ, കുമ്പിട്ടു റീത്തിനു മുകളിൽ കമിഴ്ന്നു ചുംബിച്ചു. ഇത്തിരി

കഴിഞ്ഞിട്ടും എഴുന്നേൽക്കാത്ത അമ്മയെ ശേഖരൻ കുലുക്കിവിളിച്ചു.

അനക്കമില്ല....!

പൊക്കിയെടുത്തു പുറകോട്ടു തന്റെ നെഞ്ചിലേയ്ക്കു ചായ്ച്ചപ്പോൾ കമലാക്ഷിയുടെ ശിരസ്ഒരുവശത്തേക്കു ചരിഞ്ഞിരുന്നു....

ആ കവിളിൽ കുറെ ചെമ്പരത്തിപ്പൂക്കളുടെ ഇതളുകൾ പറ്റിപ്പിടിച്ചിരുന്നു....

■

മാപ്പ്

ആഴ്ചപ്പതിപ്പു വന്നു. അന്ന് പത്രത്തിന് രണ്ടാം സ്ഥാനമേയുള്ളൂ. ബോബനും മോളിയും വായിക്കണം പിന്നെ ഗുരുജി പറയുന്നത് എന്തെന്ന് കേൾക്കണം. ദാമ്പത്യ ദു:ഖവും വായിക്കണം. എന്നിട്ടേ ബാക്കി കാര്യമുള്ളൂ.

ഇന്ന് ആരുടെ ദു:ഖമായിരിക്കും? ചെയ്യാത്ത തെറ്റിന്, ജീവിതകാലം മുഴുവൻ ഹോമിക്കപ്പെടുന്ന ഏതോ ഒരുപെണ്ണിന്റെ കദനകഥ ആയിരിക്കും. വായിക്കാം; സഹതപിക്കാം: ഒപ്പം തെറ്റുകാരനെ വെറുപ്പോടെ സങ്കൽപ്പിക്കാം.

ഒരുവേള ഭർത്താവിനെ വഞ്ചിച്ച ഭാര്യയുടെ കഥയാവാം. പാവം ഭർത്താവായിരിക്കും കഥ പറയുക.

തന്റെ കഥ എഴുതിയോ? എത്രയോ തവണ ഒരുങ്ങി, ഒന്നു കുത്തിക്കുറിക്കാൻ! പക്ഷേ കഴിഞ്ഞില്ല.

എവിടെ തുടങ്ങണം?

ഒരു രൂപവുമില്ല.

ജീവിതഗന്ധിയല്ലേ ഈ സാഹിത്യം? പിന്നെ എന്തേ എനിക്കെന്റെ ജീവിതഗാഥ എഴുതുവാൻ കഴിയാതെ പോകുന്നു? സ്നേഹവും വാത്സല്യവും മാത്രം നൽകിയ തന്നെ അക്ഷരാർത്ഥത്തിൽ വഞ്ചിച്ച തന്റെ ഭാര്യയുടെ കഥ എങ്ങനെ എഴുതും. അത് കുത്തിക്കുറിക്കുന്ന ഈ വെള്ളക്കടലാസും, അവളുടെ പേര് എഴുതുന്ന ഈ പേനയും അത് സഹിക്കില്ല.

രജനി–

അവൾക്കിനി മാപ്പില്ല.

അമ്മയുടെ വാത്സല്യം അറിയാതെ വളരുന്ന കുഞ്ഞുങ്ങൾ. മാതൃസ്മരണ അയവിറക്കാൻ മാത്രം വിധിക്കപ്പെട്ട പാവം കുരുവികൾ! അവരെ നോക്കുന്ന പ്രായമേറിയ എന്റെ അമ്മ. ഒരിക്കലും ഇഷ്ടപ്പെടാത്ത ഓർമ്മകൾ തങ്ങിനിൽക്കുന്ന എന്റെ ശയനമുറി! എന്റെ കഥയുടെ അനുബന്ധമാണിതെല്ലാം.

സ്ഥലംമാറ്റവും, പുതിയ സ്ഥലവും, സാഹചര്യവും, സുഹൃത്തുക്കളും...

ഒന്നും ഒരു ദു:ഖസൂചനയും തന്നില്ല.

പക്ഷേ അവൾ മെല്ലെ അകലുകയായിരുന്നു. എന്റെ പുരുഷത്വവും, സാമീപ്യവും, തലോടലും ഒരുവേള അവൾ ഇനി മടുത്തു കാണുമോ?

എന്നാലും മാതൃവാത്സല്യത്തിനും കലർപ്പുണ്ടോ? സജനും സജിതയും!

മക്കളെയും അവൾ വെറുത്തോ?

എല്ലാം ഒരു പൊട്ടിത്തെറിക്കലായിരുന്നു. അന്നവൾ കുഞ്ഞുങ്ങളേയും എന്നെയും വിട്ടിറങ്ങിയപ്പോൾ പൊട്ടിത്തകർന്നത് ഒരു കൊച്ചു കുടുംബത്തിന്റെ വലിയ സ്വപ്നമായിരുന്നു. നഷ്ടപ്പെട്ടത് ഒരു സ്വർഗ്ഗമായിരുന്നു.

എത്ര കൂസലില്ലാതെ അവൾ പറഞ്ഞു. "നിങ്ങളേക്കാൾ കൂടുതൽ ഞാൻ സൂപ്രണ്ടിനെ സ്നേഹിക്കുന്നു. അദ്ദേഹത്തോടൊപ്പം ജീവിക്കാൻ തന്നെ തീരുമാനിച്ചിരിക്കുന്നു."

നിറഞ്ഞ കണ്ണുകളോടെ, നിസ്സഹായനായി, അവിശ്വസനീയതയിൽ മുങ്ങി ഞാൻ കട്ടിലിൽ കിടന്നുകൊണ്ട് പൊട്ടിക്കരഞ്ഞുപോയി.

എന്റെ രജനിക്കെന്തുപറ്റി.

അന്ന് ഇറങ്ങിപ്പോയത് എന്റെ രജനിതന്നെയോ?

കായലോരത്തെ കൈതച്ചെടിയുടെ മറവിൽ കവിത രചിച്ച എന്റെ രജനിയോ?

രാത്രിയുടെ നിശബ്ദതയിൽ, നിലാവിന്റെ നിഴലിൽ, സ്വയം മറന്ന് ഒന്നായി മാറിയപ്പോൾ, ഒരു നൂറു സ്വപ്നങ്ങൾ നെയ്തുതന്ന എന്റെ പൊന്നുവോ-

എന്റെ നിശ്വാസത്തിന്റെ ചൂടേൽക്കാതെ ഉറങ്ങാനാവില്ലെന്നു പറഞ്ഞ എന്റെ കുട്ടനോ? അവളുടെ ചുണ്ടുകൾ പതിയാത്ത ശരീരഭാഗങ്ങൾ കാണിച്ചാൽ അവിടെ ഒരായിരം ഉമ്മകൾ എണ്ണിത്തരുന്ന എന്റെ മോളു-

അവൾ അന്നിറങ്ങിപ്പോയപ്പോൾ എനിക്കു പൊട്ടിക്കരയാനേ കഴിഞ്ഞുള്ളൂ.

നിന്നെ മനസ്സിലാക്കാൻ എനിക്കു കഴിയാതെപോയി പെണ്ണേ.

നിന്നിലലിയാൻ, നീ എന്നിലലിയാൻ നിമിഷങ്ങളേ വേണ്ടിയിരുന്നുള്ളൂ. പക്ഷേ നിന്നെയറിയാൻ ഒത്തിരി വൈകിപ്പോയി! എന്റെ വിശാലഹൃദയത്തിൽ നിന്റെ സൂപ്രണ്ടിന്റെ രൂപം കൊത്തിവെച്ചു. ഞാനയാ

ളിൽ മാന്യത കണ്ടു. സംസ്ക്കാരം കണ്ടു. കറികൾ പങ്കുവെയ്ക്കുന്ന കാര്യം പറഞ്ഞപ്പോഴും അത്രയേ തോന്നിയുള്ളൂ.

പക്ഷേ, ആഫീസിലെ അലമാരിയുടെ പുറകിൽ നിങ്ങൾ കെട്ടിപ്പിടിച്ചു ചുംബിച്ചപ്പോൾ അതുകണ്ട ടൈപ്പിസ്റ്റ് പ്രദീപ് എന്നോട് അതേപ്പറ്റി പറഞ്ഞപ്പോൾ ഞാൻ വിശ്വസിച്ചില്ല. തരിച്ചു നിന്നില്ല! പ്രദീപ് കള്ളം പറഞ്ഞെന്നു കരുതി.

പിന്നെ, പിന്നെ കള്ളം സത്യമാണെന്നു തോന്നി. സത്യം സത്യമല്ലെന്നു വിശ്വസിക്കാൻ തോന്നി. ഓവർടൈം, ടൂർ, ട്രെയിനിംഗ്, വിനോദയാത്ര, സത്യം. എല്ലാം സത്യം!

ചോദിച്ചപ്പോൾ പൊട്ടിത്തെറിച്ചു.

ചെകിടത്താഞ്ഞടിച്ചപ്പോൾ സത്യം സത്യമാണെന്നു പറഞ്ഞു.

എവിടെ പോയെന്നു ഞാൻ തിരക്കിയില്ല.

എനിക്കറിയണ്ട.

വാവിട്ടുകരഞ്ഞ കുഞ്ഞുങ്ങളെ ആശ്വസിപ്പിക്കാൻ എനിക്ക് കഴിഞ്ഞില്ല.

തളർന്ന് ഉറങ്ങിക്കഴിഞ്ഞു.

നന്മയും തിന്മയും അവൾക്ക് തിരിച്ചറിയാമായിരുന്നു.

എന്നോടവർക്ക് സഹതാപമായി. അവർ എന്നിൽ കൂടുതൽ ചേർന്നുനിന്നു.

ഇങ്ങനെയും ഒരു പെണ്ണിനു കഴിയുമോ? ഇത്ര ക്രൂരയാവാൻ.... ഞാൻ എന്തു തെറ്റു ചെയ്തു?

അവളുടെ സാമീപ്യത്തിൽ അവൾ പകർന്ന ചൂടിൽ ഞാൻ സംതൃപ്തനായിരുന്നു. അവളും! എനിക്ക് മറ്റൊരു ബന്ധമില്ലായിരുന്നു. മറ്റൊരാളെ എന്റെ ഹൃദയത്തിൽ സങ്കൽപ്പിക്കാൻ എനിക്കാവില്ലായിരുന്നു.

അതാണ് സത്യം!

എന്നിട്ടും.....

എല്ലാം മായയാണ്.....

എന്നും മായ നീ തന്നെ പെണ്ണേ!

സ്ഥലംമാറ്റം ചോദിച്ചു വാങ്ങി. ഇന്ന് ഇവിടെ മലബാറിൽ. ഈ പുതിയ സാഹചര്യത്തിൽ ഒന്നും ഓർക്കാൻ ശ്രമിക്കുന്നില്ല. കുട്ടികളെ നല്ലതുപോലെ വളർത്തുന്നു. പഠിപ്പിക്കുന്നു. ആ കുരുന്നുമനസ്സുകൾക്കേറ്റ മുറിവുകൾ, പോറലുകൾ; ലാളനയും വാത്സല്യവും കൊണ്ടു

കരയിച്ചു.

കാലം ഉണക്കുന്ന മുറിവുകൾ....

മറ്റൊരു വിവാഹത്തെപ്പറ്റി ഞാൻ ചിന്തിച്ചില്ല. അതെനിക്കിനിയാവില്ല. തന്നെ വഞ്ചിച്ച ഭാര്യയ്ക്ക് പകരം മറ്റൊരുത്തിയെ സങ്കൽപ്പിക്കാനാവാത്ത പൊരുത്തക്കേട് ഉള്ളിലൊതുക്കുന്ന ഒരു പാവം ഭർത്താവ്....

എവിടെയാണാവോ ഇനി ഒരു താവളം! യാത്ര ഇനിയും തുടരുന്നു; താവളം തേടിയുള്ള യാത്ര...

ആഴ്ചപ്പതിപ്പ് ഇപ്പോഴും കയ്യിൽ തന്നെയുണ്ട്. ഉണ്ണിമേരിയുടെ മുഖചിത്രത്തിൽ എന്റെ കണ്ണുനീർ വീണിട്ടുണ്ടോ?

ദാമ്പത്യദു:ഖമെന്ന പരമ്പരയിലെ മാപ്പില്ലാത്ത തെറ്റ് ഞാൻ വായിക്കാൻ തുടങ്ങി.

അർദ്ധസർക്കാരാഫീസിലെ ജോലി-

ഭർത്താവും കുഞ്ഞുങ്ങളുമുള്ള സംതൃപ്തകുടുംബം - പുതിയ ആഫീസ്-

സുമുഖനായ, തെറ്റുകൾ ശാസനയില്ലാതെ തിരുത്തുന്ന സൂപ്രണ്ട്....!

എനിക്ക് പിന്നെ വായിക്കാനാവുന്നില്ല. പെട്ടെന്ന് എഴുതിയത് ആരെന്ന് നോക്കി. രജനി.

ങ്ഹേ! ഇതു തന്റെ രജനി തന്നെയോ! ഇത് തന്റെ തന്നെ കഥയോ!

വായിക്കുന്തോറും എല്ലാം യാഥാർഥ്യമാകുന്നു. ഒന്നിച്ചുള്ള ഊണും, പങ്കുവെയ്ക്കുന്ന കറികളും അലമാരിയുടെ പുറകിൽ വെച്ച് കെട്ടിപ്പിടിച്ചുമ്മവെച്ചതും അകലുന്നതിനുപകരം കൂടെ പറ്റിപ്പിടിച്ചു നിന്നതും, ടൈപ്പിസ്റ്റ് പ്രദീപ് വന്നതും...

എല്ലാം എല്ലാം അവൾ തുറന്നെഴുതിയിരിക്കുന്നു. വീടു വിട്ടുള്ള താമസവും മറയില്ലാത്ത പെരുമാറ്റവും അവൾ തുറന്നെഴുതി. സംഭവിച്ചതെല്ലാം വീണ്ടും ഞാൻ കണ്ടു.

ഒരു തിരശ്ശീലയിലെന്നപോലെ. അവൾ പറഞ്ഞ സത്യങ്ങൾ....

ഇത് അവളുടെ തെറ്റുതിരുത്തലല്ലേ? ഒരു ഏറ്റുപറച്ചിൽ....

എന്നോട് മാപ്പുചോദിക്കാൻ അവൾക്ക് അർഹതയില്ലെന്ന്. എന്റെ കാൽപ്പാദങ്ങളിൽ കെട്ടിപ്പുണരാൻ അവൾക്ക് അവകാശമില്ലെന്ന്.

മാപ്പില്ലാത്ത തെറ്റാണ് താൻ ചെയ്തതെന്ന് പിന്നെയും പിന്നെയും അവൾ ഏറ്റുപറയുന്നു.

അവളുടെ ദു:ഖം ഞാനാ വെള്ളക്കടലാസിൽ കണ്ടു. അവളുടെ

രൂപം മുഴുവൻ എന്റെ ഉള്ളിൽനിന്നും പറിച്ചെറിയാൻ എനിക്കു കഴിഞ്ഞിരുന്നില്ല. തെറ്റ് തെറ്റായി കണ്ടപ്പോൾ: ഏറ്റു പറഞ്ഞപ്പോൾ, തുറന്നെഴുതിയപ്പോൾ, പശ്ചാത്തപിച്ചപ്പോൾ പിന്നെ ശിക്ഷയ്ക്ക് സ്ഥാനമില്ലാതായി.

ഈ കാലമത്രയും അവൾ അനുഭവിച്ച നൊമ്പരങ്ങൾ, നഷ്ടബോധങ്ങളുടെ ആധിക്യം, മാനസിക വിഭ്രാന്തി, സ്നേഹിച്ചവരിൽ നിന്നകന്നപ്പോൾ ആ അകൽച്ച വരുത്തി വേദന, ശുഷ്കമായ മാതൃത്വം നൽകിയ നീറുന്ന വിരസത, ഏകാന്തതയുടെ ക്രൂരത, കൂട്ടുകാരുടേയും നാട്ടുകാരുടേയും കൂരമ്പുകൾ, അപഹാസ്യവചനങ്ങൾ. മതി... മതി... എന്റെ രജനി

ഒത്തിരി സഹിച്ചു. ഒത്തിരി അനുഭവിച്ചു.

ഇനി നിനക്കു ശിക്ഷ വേണ്ട കുട്ടി!

ശാശ്വതമായ കുടുംബബന്ധങ്ങൾക്കപ്പുറം, നൈമിഷികമായ സുഖങ്ങളുടെ മരീചിക തേടി നീ ഒത്തിരി അലഞ്ഞു.

തിക്താനുഭവങ്ങളുടെ ഭാണ്ഡവും പേറി, പാളിച്ചകളുടെ ഓർമ്മകളുമായി നീ കടന്നു വന്നത് ശുദ്ധീകരണസ്ഥലത്തുകൂടിയാണ്.

നീ ശുദ്ധീകരിക്കപ്പെട്ടു!

വരൂ....

നിനക്ക് ഇന്നും ഇവിടെ എന്റെ ഹൃദയത്തിൽ സ്ഥാനമുണ്ട്!

കാറ്റത്ത് ഉലഞ്ഞ നമ്മുടെ കൊച്ചു കിളിക്കൂട് വീണ്ടും പണിയാം. സ്വപ്നങ്ങൾ കൊണ്ട്; പ്രതീക്ഷകൾ കൊണ്ട്...

മറ്റൊരു വസന്തം ഇനി അകലെയല്ല!

■

ചെമ്മൺപാത

പടിഞ്ഞാറെ കടലിൽ താഴ്ന്നിറങ്ങിയ സൂര്യൻ എവിടെയും ഇരുട്ടു സമ്മാനിച്ചു. രാത്രി കഴിഞ്ഞു.

കാറിലാണ് യാത്ര.

ഇനിയും ഉദിക്കാത്ത സൂര്യന്റെ നേരിയ രശ്മിയും, തണുപ്പുള്ള ഇളം തെന്നലും കൂട്ടിനുണ്ട്. ഈ നേരിയ വെട്ടത്തിൽ പത്രക്കാരേയും പാൽക്കാരേയും കാണാം. അമ്പലപ്പറമ്പിലെ കോളാമ്പിയിലൂടെ കേൾക്കുന്ന ഹരിനാമകീർത്തനങ്ങൾ, അകലങ്ങളിലേക്ക് പോകുന്തോറും ഇല്ലാതാവുന്നു. രാവിന്റെ ആലസ്യത്തിൽനിന്നും ഉണർന്ന കുയിലും വണ്ണാത്തിക്കിളിയുമൊക്കെ ഒച്ചവെച്ച് തകർക്കുകയാണ്.

കൈതപ്പുഴപ്പാലം കയറി ഇറങ്ങിയപ്പോഴാണ് കിഴക്കോട്ടുള്ള ആ ചെമ്മൺപാത ശ്രദ്ധിച്ചത്. കൈതപ്പുഴയുടെ തലോടൽ ഏറ്റുവാങ്ങിക്കൊണ്ട് നീണ്ടുകിടക്കുന്ന ആ പാതയോരങ്ങളിൽ ഒത്തിരി കൈതയും കൊന്നയും നിഴൽ വിരിക്കാറുണ്ട്.

"ഈ നിലാവും ഈ കുളിർക്കാറ്റും ഈ പളുങ്കു കൽപ്പടവുകളും ഓർമ്മകളിൽ ഓടിയെത്തുമെന്ന," വയലാറിന്റെ അനശ്വരവരികൾ കാർസ്റ്റീരിയോവിലൂടെ കേൾക്കുന്നത് തികച്ചും യാദൃശ്ചികം മാത്രം....

ആ ചെമ്മൺപാത എനിക്കു പരിചിതമാണ്!

ആ പാതയോരവും പുഴയും, അതിനുമപ്പുറമാ വയലും-

പിന്നെ, ആ പള്ളിയും വികാരിയച്ചനും.....

ഇല്ല; തീർന്നിട്ടില്ലാ പട്ടിക-

ഒരിക്കലും മറക്കാനാകാത്ത ഒരാൾകൂടി ഉണ്ട്.....

സരോജം....!

വളരെ കൊച്ചുവീട്. പടിപ്പുരയും തുളസിത്തറയും ഉണ്ടായിരുന്ന വീട്-

ദാരിദ്ര്യം വളരെ ക്രൂരമായിത്തന്നെ പെരുമാറി, ആ കൊച്ചു കുടുംബത്തോട്.

പത്തുപതിനഞ്ച് വർഷങ്ങൾക്കു മുമ്പ്, ആ വീട് തേടി, പള്ളിതേ

ടി, അച്ചനെ തേടി ആ ചെമ്മൺ പാതയിലൂടെ നടക്കുമ്പോൾ, ഉരുളൻകല്ലുകൾ ഏറെയുണ്ടായിരുന്നു. പുഴയിലെ കുഞ്ഞോളങ്ങൾ ഒരിക്കലും സ്വസ്ഥമാകുന്നില്ല. ഒന്നുവന്ന് കരയെ പുൽകിയാൽ, പിന്നെ അങ്ങ് അകലെ പുനർജനിക്കുകയായി; വീണ്ടും വീണ്ടും കരയെ പുണരാൻ–

പച്ചച്ച് കിടക്കുന്ന വയലും അതിനുമപ്പുറമാ കായലും പിന്നെ ഇടതിങ്ങി വളരുന്ന തെങ്ങും മാവും, പുഴയോരത്തെ കൈതയും കൊന്നയും ആ ഗ്രാമഭംഗിയുടെ ഭാഗങ്ങളായിരുന്നു.

ഒരു അന്വേഷണത്തിന്റെ തുടക്കമായിരുന്നു ആ യാത്ര.

ആരാണീ സരോജം....?

കോളേജിൽ പഠിക്കുന്ന സുന്ദരിക്കുട്ടി.... അവൾ പാടുമായിരുന്നു - കോളേജിലെ സ്റ്റേജിൽ, മത്സരവേദികളിൽ, യുവജനോത്സവത്തിന്, സമ്മാനം ഏറെ വാരിക്കൂട്ടിയിട്ടുണ്ട്.

കാമ്പസിലെ വാനമ്പാടി....

ശ്രീക്കുട്ടനെന്ന അദ്ധ്യാപകന് സരോജമെന്ന ഗ്രാമീണ പെൺകുട്ടിയെ ഇഷ്ടമായെങ്കിൽ അതിശയിക്കാനൊന്നുമില്ല. കോളേജിലെ പോപ്പുലർ അദ്ധ്യാപകനാണ് ശ്രീ - എന്റെ പ്രിയ കൂട്ടുകാരൻ.....

യുവജനമേളയും വാർഷികാഘോഷവും ഓണാഘോഷവുമൊക്കെ ശ്രീക്കുട്ടന്റെ കഴിവിലൂടെ, ഭാവനയിലൂടെയാണ് മറക്കാനാവാത്ത അനുഭൂതിയായി മാറുക.

സരോജമെന്ന ഗ്രാമീണ കന്യക, ശ്രീക്കുട്ടനെന്ന അദ്ധ്യാപകനെ, അവനിലെ കലാകാരനെ അറിയാതെ സ്നേഹിച്ചു പോയെങ്കിൽ, അത് പ്രകൃതി നിശ്ചയം തന്നെ - സംശയിക്കണ്ട.

കടകളും പാർക്കുകളും സിനിമാശാലകളും ഐസ്ക്രീം പാർലറും ഒന്നും അവരെ തേടിയെത്തിയില്ല! പ്രേമലേഖനമെഴുതാൻ താമര ഇലകളുമില്ലായിരുന്നു. പ്രേമഗാനവും പാടിയില്ല.

മൗനമായിരുന്നോ പ്രേമം: തീവ്രവും.......!

ക്ലാസ്സ് മുറികൾക്കുള്ളിൽ അവർ ഹൃദയങ്ങൾ കൈമാറി. മൗനരാഗങ്ങളിൽ ഹൃദയങ്ങൾ ഒന്നായി അലഞ്ഞു. കണ്ണുകൾ ഇടയുമ്പോൾ അറിയാതെ ചിമ്മും.

അപ്പോൾ....

ഒരു നൂറായിരം വികാരങ്ങൾ അറിയാതെ പങ്കുവയ്ക്കും! മൗനം വാചാലമാകുന്ന ധന്യനിമിഷങ്ങൾ....

"ജീവിതമാം മുൾമെത്തയിൽ

വീണെൻ രക്തം ചിന്തവേ-

മേഘമായി, ഒരിലയായി

ഉയർത്തണമെന്നെ...." എന്ന് പടിഞ്ഞാറൻ കാറ്റിനോട് ഷെല്ലി എന്ന ആംഗലേയകവി ഹൃദയംപൊട്ടി പറഞ്ഞകഥ, ക്ലാസ്സിൽ ശ്രീക്കുട്ടൻ പഠിപ്പിച്ചപ്പോൾ ആ മാസ്മര വാക്ധോരണിയിൽ അലിഞ്ഞ് ഇല്ലാതായത്, സരോജത്തിന്റെ ഹൃദയമായിരുന്നു..... മുന്നിലെ ബെഞ്ചിൽ നടുവിലിരിക്കുന്ന സരോജത്തിന്റെ കൈവിരലുകളിൽ ശ്രീക്കുട്ടൻ ഒരിക്കൽ തൊട്ടത് അറിയാതെതന്നെയായിരുന്നു, സത്യം!

പക്ഷേ, ആ സ്പർശനം അനുഭൂതിയുടെ വേലിയേറ്റമുണ്ടാക്കി! മനസ്സിൽ. ഒത്തിരി ഒത്തിരി കാര്യങ്ങൾ അവർ അപ്പോൾ അന്യോന്യം പറഞ്ഞുതീർത്തു.... ശ്രീക്കുട്ടൻ പിന്നീടൊരിക്കൽ പറഞ്ഞു. ആ വിരലുകളിൽ ഒത്തിരി തണുപ്പ് ഉണ്ടായിരുന്നെന്ന്.... അന്നാണ് ഞാനാ തീവ്രസ്നേഹത്തെക്കുറിച്ചറിയുന്നത്! സംശയങ്ങൾ തീർക്കാനും, നോട്ടുബുക്ക് തിരുത്താനും സ്റ്റാഫ് റൂമിൽ പോകുമ്പോൾ ഹൃദയങ്ങൾ സത്യമായും കൈമാറിയിരുന്നു.

പിന്നീട്, കൈതപ്പുഴയിൽ സ്വപ്നങ്ങളുടെ വേലിയേറ്റമുണ്ടായി. ഒരിക്കലും നിലയ്ക്കാത്ത വേലിയേറ്റം.

അവിടെ അവർ നെയ്തെടുത്ത സ്വപ്നങ്ങൾക്ക് ആകാശമായിരുന്നു അതിര്.

തുലാമഴയും ഇടവപ്പാതിയും കൈതപ്പുഴയ്ക്ക് കരകവിയാനുള്ളതാണ്. നിറഞ്ഞു തുളുമ്പുന്ന സ്വപ്നങ്ങൾ പോലെ...

ശ്രീക്കുട്ടനുവേണ്ടിയാണ് ഞാനാദ്യമായി ആ ചെമ്മൺപാതയിലൂടെ നടക്കുന്നത്.

ആറ്റുപുറത്തെ രാഘവൻ മാസ്റ്ററുടെ, ഭവാനി ടീച്ചറുടെ വീടും തേടി... അവരുടെ മൂത്തപുത്രി ആർ. സരോജം. വയസ്സ് 20. അവസാന വർഷം ലിറ്ററേച്ചർ വിദ്യാർത്ഥിനി.

എല്ലാം ഒന്നും കണ്ടും കേട്ടും അറിയുക എന്ന ലക്ഷ്യവുമായി ആ പള്ളിയിലേക്കാണാദ്യം ചെന്നത്. അവിടെ വികാരിയച്ചനെ നേരത്തേ പരിചയമുണ്ട്. തന്റെ ഇടവകയിൽ അച്ചൻ ഇതിനു മുമ്പ് വികാരിയായിരുന്നു. ഗ്രാമത്തിലുള്ളവരെക്കുറിച്ചൊക്കെ അച്ചന് സാമാന്യം അറിയാമായിരിക്കും എന്നു കരുതിയാണ് പള്ളിമേടയിലേക്ക് കയറിയത്....

ഹാർദ്ദവമായിരുന്നാ സ്വീകരണം!

തികച്ചും അപ്രതീക്ഷിതം-

"സുന്ദരമായ വിസ്മയം...." അച്ചന്റെ പ്രതികരണം രണ്ടു വാക്കിൽ ഒതുങ്ങി - ഉദ്ദേശ്യം പറഞ്ഞപ്പോൾ ചെറുപുഞ്ചിരി വിടർന്നു. ആ ചുണ്ടുകളിൽ. പ്രായാധിക്യം ആ മുഖത്ത് ഒത്തിരി വികൃതികൾ ചെയ്തിരിക്കുന്നു.

"ഒത്തിരി കഷ്ടപ്പാടുകൾ നിറഞ്ഞതാണാ കുടുംബം! മാസ്റ്റർ പെൻഷനായി; വാതം കൂടെയുണ്ട്. ഭവാനിയമ്മ കുട്ട്യോൾക്ക് പാട്ട് പറഞ്ഞുകൊടുക്കുന്നു. വല്ലോം കിട്ടിയെങ്കിലായി. മൂന്ന് നാല് സെന്ററിൽ എത്ര വാഴ വെയ്ക്കാം....? അവളെ പഠിപ്പിക്കേണ്ടേ? ഇളയ ഒരു പെൺകുട്ടികൂടി വളരുന്നു. പഠിക്കുന്നു......", അച്ചൻ നിരത്തിവെച്ചത് ഒരു ദരിദ്ര പുരാണമായിരുന്നു.

കൂടെയുണ്ടായിരുന്ന ശ്രീക്കുട്ടന്റെ സഹോദരീഭർത്താവ് ഡോ. വേണുവിന് ഒന്നും തീരെ പിടിക്കുന്നുമില്ല. ആ ചെറുപുര ഒന്നു കാണണമെന്നുപോലും അയാൾക്കില്ല. തന്റെ നിർബന്ധത്തിന് വഴങ്ങിയാണയാൾ ആ നടപ്പുര കടന്ന് അകത്തു വന്നത്....

തുളസിത്തറയും നടപ്പുരയും പഴമയുടെ ജീർണ്ണിച്ച പ്രതീകമായി നിലകൊള്ളുന്നു.

വികാരിയച്ചനെ കാണാൻ വന്നതാണെന്നും, ഇത് സരോജത്തിന്റെ വീടാണെന്നറിഞ്ഞപ്പോൾ, അവളുടെ ഒരു അദ്ധ്യാപകനായതുകൊണ്ട് ഒന്നു കയറിയിട്ട് പോകാമെന്നും കരുതി എന്നും പറഞ്ഞപ്പോൾ അവർ വിശ്വസിച്ചു.

പക്ഷേ, വേണു ഒന്നിനും സമ്മതിക്കുന്നില്ല-

"അവന്റെ ഒരു പ്രേമം....!" വേണുവിന്റെ ആത്മഗതത്തിൽ എല്ലാ വിദ്വേഷവും അടങ്ങിയിരുന്നു....!

പെട്ടെന്നാണ് അവിടെനിന്നും ഇറങ്ങിയത്-

ഒരു അപൂർണ്ണ സന്ദർശനമായി അത് ഇന്നും അവശേഷിക്കുന്നു....

സരോജത്തിന്റെ അഭാവം ഇത്തിരി ആശ്വാസം തരുന്നു..... കൈതപ്പുഴയിൽ വേലിയിറക്കമായി! ഇനിയൊരു വേലിയേറ്റം, സരോജത്തിന്റെ കണ്ണുനീരുകൊണ്ടായിരിക്കും.....!

എങ്ങനെ, എവിടെവെച്ച്, എപ്പോൾ അവസാനിച്ചു എന്ന് എനിക്കറിയില്ല. അവസാനവർഷത്തെ പരീക്ഷയും കഴിഞ്ഞുപോയ സരോജത്തെ ഒന്നു കാണുവാൻപോലും ശ്രീക്കുട്ടൻ മെനക്കെട്ടില്ല.... വേണു എന്തൊക്കെയാണാവോ പറഞ്ഞൊപ്പിച്ചത്....

എത്ര പെട്ടെന്നാണ് അകലുന്നത്.....

അങ്ങനെ അകലുവാൻ ശ്രീക്കുട്ടനു സാധിച്ചുവോ? അതിശയം തന്നെ!

പിന്നെ, പിന്നീട്, പരീക്ഷാഫലം അറിഞ്ഞതിനുശേഷം ഒരു ദിവസം അവൾ വന്നിരുന്നു. എന്നെ കാണാൻ. എന്റെ വീട്ടിൽ....! ഞാൻ ഒത്തിരി വേദനിച്ച ഒരു ദിവസം!

എന്താണ് ഞാൻ പറയേണ്ടത്?

എങ്ങനെയാ ഞാൻ ആശ്വസിപ്പിക്കുക....?

ശ്രീയുടെ കല്യാണമാണെന്നറിഞ്ഞപ്പോൾ അവൾ പൊട്ടിക്കരഞ്ഞു...

"എന്നെ ഒത്തിരി മോഹിപ്പിച്ചു... ഒത്തിരി.... ഒത്തിരി.... എന്തിനായിരുന്നു.... വെറുതേ... എനിക്ക് മറ്റാരേയും സങ്കൽപ്പിക്കുവാൻപോലും കഴിയുന്നില്ല....,"

അവളുടെ വിതുമ്പലുകൾക്ക് സാക്ഷി, എന്റെ നിറഞ്ഞ കണ്ണുകൾ മാത്രം...

എങ്ങനെ ആശ്വസിപ്പിക്കണം..... എന്താ പറയുക... എല്ലാം ഒരു കടങ്കഥ....!

അവർ തമ്മിൽ കാണാറുണ്ടെന്നും, കത്തുകൾ അയച്ചിട്ടുണ്ടെന്നും ഒരിക്കൽ തന്റെ കവിളിൽ ചുംബിച്ചെന്നും അവൾ പറഞ്ഞപ്പോൾ ഞാൻ തരിച്ചിരുന്നുപോയി....!

ശ്രീയോടു വെറുപ്പുതോന്നിയ ആദ്യ നിമിഷം...!

വള്ളക്കടവിൽ എത്തിയപ്പോഴാണ് ഞാൻ ഇത്രദൂരം പിന്നിട്ട വിവരം

അറിഞ്ഞത്... ഇനി കടത്തു കടന്ന് അക്കരെ എത്തണം. വൈകുന്നേരം തിരികെ പോരണം.

അപ്പോഴും കൈതപ്പുഴപ്പാലം കയറണം.....

പിന്നെയും കാണും കിഴക്കോട്ടുള്ള ആ ചെമ്മൺപാത...!

ഓർമ്മകൾ പാകിയ ചെമ്മൺപാത.

കാർനിർത്തിയതും അതിലെ നടക്കാൻ തോന്നിയതും യാദൃശ്ചികമോ? ഏതോ ഒരു ചേതോവികാരം!

മനുഷ്യനെന്ന യന്ത്രത്തിൽ ഇങ്ങനെയുള്ള ചെറുവികാരങ്ങളാകുന്ന എണ്ണ ഒഴിക്കുമ്പോൾ അവൻ കൂടുതൽ നന്മ നിറഞ്ഞവനാകുന്നു. അവനിലെ ആ നല്ല ഗുണം പുറത്തുവരുന്ന അപൂർവ്വ സമയം.....

ചെമ്മൺപാത ഇന്നു ഉരുളൻ കല്ലുകൾ നിറഞ്ഞത് തന്നെ. പതിനഞ്ചു വർഷങ്ങൾ അതിന് ഒരു മാറ്റവും വരുത്തിയിട്ടില്ല. തൈത്തെങ്ങുകളെല്ലാം നീളംവെച്ച് അങ്ങ് വാനോളമെത്തി. മാവുകളും പ്ലാവുകളും വലിയ വൃക്ഷങ്ങളായി ആകാശത്തേയ്ക്ക് കൈകളുയർത്തി നിൽക്കുന്നു. അവിടമാകെ തണൽ വിരിച്ചുകൊണ്ട്.

കൈതപ്പുഴയിൽ ഇപ്പോഴും കുഞ്ഞോളങ്ങൾ ഒത്തിരി ഉണ്ട്. പാലപ്പൂമണവുമായി എത്തുന്ന ഇളംകാറ്റിന് തെല്ലു തണുപ്പുണ്ട്. അസ്തമയ സൂര്യന്റെ നേരിയ ചുവപ്പ് കൈതപ്പുഴയെ വിവർണ്ണമാക്കുകയാണ്.

തന്റെ മനസ്സും വിവർണ്ണമാണ്....

പതിനഞ്ചുവർഷത്തെ മാറ്റങ്ങൾ എന്തെല്ലാമായിരിക്കും?

പടിപ്പുരയും തുളസിത്തറയും അഞ്ചു സെന്റും; പിന്നെ ആ ഗ്രാമീണ പെൺകുട്ടിയും.....

പാട്ടുകാരി - ശ്രീക്കുട്ടനെന്ന അദ്ധ്യാപകന് ഹൃദയം നൽകിയ സരോ.... തന്റെ ശ്രീക്കുട്ടനെയല്ലാതെ മറ്റാരെയും സങ്കല്പിക്കുവാൻപോലുമാവുന്നില്ല എന്നു പറഞ്ഞ, കാമ്പസിലെ വാനമ്പാടി.... വികാരിയച്ചനും പോയിരിക്കുന്നു- മരിച്ചു മണ്ണടിഞ്ഞ്....!

പൊളിഞ്ഞു തകർന്ന പടിപ്പുര കണ്ടപ്പോൾ ഞെട്ടിപ്പോയി! പ്ലാസ്റ്റിക്ക് സിമന്റു ചാക്കുകൾകൊണ്ട് മറപ്പുര മറച്ചിരിക്കുന്നു. ചാണകം മെഴുകിയ തറയിൽ ജീവിതം ഇപ്പോഴും ഞരങ്ങുന്നുവോ...? വിറയാർന്ന സ്വരത്തോടെ ചോദിച്ചു....

“ഇവിടാരുമില്ലേ....?”

“ആരാ അത്...?” അകത്തുനിന്നുള്ള ശബ്ദത്തിൽ പരിചയം പതിയിരിക്കുന്നുവോ?

“സരോജത്തിന്റെ വീടല്ലേ ഇത്....?”

“അതേ”

“ഉണ്ടോ. സരോ ഇവിടെ...?” എന്റെ അന്വേഷണത്തിൽ വാത്സല്യം കലർന്നിരിക്കുന്നത് അകത്തുള്ളവർ ശ്രദ്ധിച്ചുകാണും.

“ദാ വരുന്നു, കടന്നിരിക്കൂ....”

എങ്ങോട്ടു കടക്കാൻ; എവിടെ ഇരിക്കാൻ.... എന്തേ ഈ താമസം? ഒത്തിരി മുറികൾ ഒന്നും ഇല്ലല്ലോ - അപ്പുറത്തെ ചായ്പിൽനിന്നും ചെറ്റയുടെ വിടവിലൂടെ ഇപ്പുറത്തേയ്ക്കു കടക്കണം. അത്ര തന്നെ....

പിന്നെന്തേ....!

കാലൊച്ചയ്ക്കു പകരം ഊന്നുവടികളുടെ സ്വരം എന്നെ ഏറെ അസ്വസ്ഥനാക്കി-

സരോജം എത്തിക്കഴിഞ്ഞു....!

ഈശ്വരാ, ഞാനെന്താണീ കാണുന്നത്? ഇത് സരോ തന്നെയോ?

കോളേജിലെ സുന്ദരിക്കുട്ടി - കാമ്പസിലെ വാനമ്പാടി....!

ഇത്ര പെട്ടെന്ന് എങ്ങനെയാ ഒരു വൃദ്ധയാവുക.... ഏറെ വിസ്മയം ആ കക്ഷങ്ങളിൽ താങ്ങുന്ന ഊന്നുവടികളാണ്. ഒരു കാലിന് എന്തു സംഭവിച്ചു....?

ഞാനാകെ തളരുകയാണ്! തരിച്ചിരിന്നുപോയി....!

“സാർ ഇവിടെ....? അതിശയം തന്നെ എന്നെ മറന്നില്ല......?”

“ങ്ങേ.... എന്ത്? എന്താ കുട്ടി ഇതൊക്കെ...? ഞാൻ.... എനിക്ക്.....” ഞാനാകെ വിവർണ്ണനാകുകയാണ്.

ഇരിക്കൂ സാർ ഇവിടെ....

അവളുടെ മുഖത്തേക്ക് നോക്കാൻ എനിക്കാവുന്നില്ല.

“എന്താ, ഇത് സരോ.... നിനക്ക് എന്തുപറ്റി....?”

“സാർ എന്നെത്തേടി എന്നെങ്കിലും വരുമെന്ന് എനിക്കറിയാമായി

രുന്നു - സാറെങ്കിലും....,'' എത്ര പെട്ടെന്നാണ് ആ സ്വരം മാറിയത്.

''എനിക്ക് ജീവിക്കണമെന്നില്ലായിരുന്നു സാർ. പക്ഷേ അവിടെയും ഞാൻ തോറ്റുപോയി. ഞാൻ ചാടിയത് വണ്ടിയുടെ മുന്നിൽതന്നെയായിരുന്നു. എന്താ സംഭവിച്ചതെന്നും അറിയില്ല. ബോധം വന്നപ്പോൾ ആശുപത്രിയിൽ. ദാ ഈ കാലും ഇല്ല.....''

''എന്നിട്ട്....''

''അതും ഭാഗ്യം! എനിക്കെന്റെ ശ്രീയേട്ടനുവേണ്ടി എന്നും ഇവിടെയിരുന്നു പ്രാർത്ഥിക്കാമല്ലോ. ശ്രീയേട്ടന്റെ കുടുംബത്തിന് എന്നും ഐശ്വര്യമുണ്ടാവാൻ....''ആ കവിളിലൂടെ ഒലിച്ചിറങ്ങാൻ ഇനിയും കണ്ണുനീർത്തുള്ളികൾ ബാക്കിനിൽക്കുന്നു.

അനിയത്തി....?

''അവളെ കെട്ടിച്ചു. ഇതെല്ലാം പണയത്തിലായി. ഇവിടെ കച്ചേരിയിലെ ഗുമസ്തനാണ് ശിവൻ. കുറച്ചു കുട്ടികൾക്ക് ഞാൻ പാട്ടുപറഞ്ഞുകൊടുക്കുന്നു. അങ്ങനെ തട്ടിമുട്ടി പോകുന്നു.''

ഞാൻ എന്താ പറയേണ്ടത്....?

''ശ്രീയേട്ടന് സുഖമല്ലേ....''

''അതേ കുട്ടി, അവന് സുഖമാണ്, പരമാനന്ദസുഖം!''

''അതുമതി.... എന്റെ പ്രാർത്ഥനയാ സാർ.... സത്യമാണ്.... ഞാനെന്നും പ്രാർത്ഥിക്കും. എന്റെ ശ്രീയേട്ടന് ഐശ്വര്യമുണ്ടാകാൻ.... എന്നും എന്നും....!''

തെല്ലിടയ്ക്കത്തെ മൗനത്തിനുശേഷം അവൾ പറഞ്ഞു.

''എന്തോ ഇത്രയും കാലം കഴിഞ്ഞിട്ടും മറക്കണമെന്നു വിചാരിച്ചിട്ടും കഴിയുന്നില്ല.... ആ രൂപത്തെ മനസ്സിൽനിന്നകറ്റാൻ.... കഴിയുന്നില്ല സാർ.....,'' അതൊരു കരച്ചിലായി മാറിയപ്പോൾ എനിക്കും കഴിഞ്ഞില്ല, എന്റെ കണ്ണിലെ തുള്ളികളെ പിടിച്ചു നിർത്താൻ..... കണ്ണടമാറ്റി, കൈലേസുകൊണ്ട് ഞാനതു തുടച്ചപ്പോൾ ആ ക്രച്ചസിലൂടെ കൈകൾ താഴേയ്ക്ക് ഊർന്നിറങ്ങി. അതിൽ മുഖമമർത്തി അവൾ പൊട്ടിപ്പൊട്ടി കരഞ്ഞു...

ആ സന്ദർശനവും അപൂർണ്ണമാവുന്നു.

കൈതപ്പുഴയുടെ കുഞ്ഞോളങ്ങൾ പിന്നെയും കരയെ പുണരുന്നു.

സരോജത്തിന്റെ വേദനകൾ പങ്കിടുന്ന ഈ പുഴയിലെ തെളിനീരിന് ഉപ്പുരസമുണ്ട്......

ഇപ്പോൾ ചെമ്മൺപാതയിലെ ഉരുളൻ കല്ലുകൾ ഒത്തിരി വേദനിപ്പിക്കുന്നു. കാൽപ്പാദങ്ങളേയും അതിലേറെ മനസ്സിനേയും....

നിന്നോടെനിക്കു പൊറുക്കാനാവില്ല ശ്രീ.... ഒരിക്കലും....

എന്റെ ആത്മഗതം കേട്ട് ആ കുഞ്ഞോളങ്ങൾ നെടുവീർപ്പെട്ടുകാണും...!

ടെലിഫോണിന്റെ മധുരം

മുകളിലാണ് ഉറക്കം. താഴെയാണ് ടെലിഫോൺ. രാത്രികാലങ്ങളിൽ, ഉറക്കവേളകളിൽ ഈ കറുത്ത ടെലിഫോൺ ഉണ്ടാക്കുന്ന ബുദ്ധിമുട്ട് കുറച്ചൊന്നുമല്ല.

ശല്യക്കാരിൽ മുമ്പൻ റോംഗ് നമ്പർ തന്നെ. കറുത്ത ഫോൺ എന്നുമൊരു വെള്ളാനയാണെന്ന് പണ്ട് മനസ്സിലായിട്ടുണ്ട്. പക്ഷേ വിദൂരതയെ വിരൽത്തുമ്പിലൊതുക്കുന്ന ഇതിനെ അങ്ങനെയങ്ങു മൊഴി ചൊല്ലി വിടാനുമാവില്ല. വല്ലപ്പോഴുമെങ്കിലും ഒരുപകാരം ചെയ്യാതിരിക്കില്ലല്ലോ.

ഒരു ദിവസം പാതിരാ കഴിഞ്ഞുകാണും. കുറെ മണി അടിച്ചശേഷമായിരിക്കും ഞാൻ ഉണർന്നത്.

രാത്രിസമയത്തെ ഫോൺ ബെൽ. എപ്പോഴും ഉത്കണ്ഠയോടെ മാത്രമേ കേൾക്കാറുള്ളൂ. കേൾക്കാൻ പോകുന്ന വാർത്തയുടെ ശോകാവസ്ഥയെപ്പറ്റി മുൻകൂട്ടി ആലോചിക്കും. ഏതുറക്കത്തിലും ചാടിയെഴുന്നേറ്റ്, ഫോണിനരികിലേക്കോടും. അസമയത്തെ വിളികൾക്ക് അത്രമാത്രം മുൻഗണന നൽകാറുണ്ട്.

പടികളിറങ്ങി താഴെവന്നു. റിസീവർ കയ്യിലെടുത്തു.

"ഹലോ.... ഹലോ...."

"ഹലോ.... ശീമാട്ടി തീയേറ്റർ ആണോ? സെക്കന്റ്ഷോ കഴിഞ്ഞോ....?"

ഉറക്കച്ചവടിൽ പകൽമാന്യതകളെല്ലാം മറന്ന് അറിയാവുന്ന അസഭ്യങ്ങളെല്ലാം അങ്ങുപറഞ്ഞു. അവന്റെയൊരു സെക്കന്റ്ഷോ!

ദേഷ്യത്തോടെ റിസീവർ ഫോണിനു മുകളിൽ വലിച്ചെറിയുന്ന രീതി എല്ലാവർക്കുമുണ്ട്. ദേഷ്യം ഇത്തിരി തീർക്കുന്നതിങ്ങനെയാണല്ലോ. എന്നാൽ രണ്ടുമാസം കൂടുമ്പോൾ നൂറ്റിയിരുപത്തിയഞ്ചുരൂപ വാടക കൊടുക്കുന്ന സാധനമാണീ കറുമ്പൻ എന്ന വിചാരം സൗകര്യപൂർവ്വം മറക്കുന്നു.

ഒരിക്കൽ ഞാൻ റിസീവറെടുത്ത് ആവശ്യമുള്ള നമ്പറിന്റെ

ആദ്യത്തെ അക്കം കറക്കിയതേയുള്ളൂ. ഒരു കിളിനാദം കേട്ടു.

"എന്താ ചേട്ടാ ഇങ്ങനെ?..."

ഞാൻ ചുറ്റും കണ്ണോടിച്ചു. ഇല്ല. ആരുമില്ല ഫോണിലൂടെത്തന്നെ, സംശയമില്ല.

ഒന്നു മറുപടി പറയാമെന്നു കരുതിയപ്പോൾ ഒരു പുരുഷ ശബ്ദം

"എങ്ങനെ....?"

"ഒന്നും മിണ്ടാതെ ഇങ്ങനെ...."

വീണ്ടും കിളിനാദം

"എന്തു മിണ്ടാൻ? നീ അല്ലേ വിളിച്ചത്....."

ശബ്ദം പരുക്കനാണ് തീർച്ച ആള് ടഫ് തന്നെ!

എനിക്ക് രസം ഏറി ഈ ഫോൺ ടാപ്പിംഗ് വല്ലപ്പോഴുമേ നടക്കാറുള്ളൂ. ഇതൊക്കെ ഒരു ഭാഗ്യമാണ്. പ്രേമസല്ലാപങ്ങളും സൊള്ളലുകളുമൊക്കെ കേൾക്കാനിടവരുന്നത് ഹാലിയുടെ കോമറ്റിന്റെ വരവ് പോലെ; പുരുഷായുസ്സിൽ ഒരിക്കൽമാത്രം.

റിസീവർ ചെവിയോട് ചേർത്തുവെച്ചു. ശ്വാസംപോലും വിടാതെ കേട്ടിരുന്നു.

ഒരു പ്രേമകഥയിലെ യഥാർഥമായ തേങ്ങലുകൾക്ക്, ക്ഷണികമായ സൗന്ദര്യപ്പിണക്കങ്ങൾക്ക്, ഞാൻ സാക്ഷിയാകുന്ന ധന്യമുഹൂർത്തങ്ങൾ!

"എന്നാലും ചേട്ടനൊന്നു മിണ്ടിക്കൂടെ?.........."

"എന്തിന്? നീ വലിയ വീട്ടിലെ പെണ്ണല്ലേ. ഞാൻ വല്ലതും സംസാരിച്ചാൽ, ആരെങ്കിലും കണ്ടാൽ....."

"പിന്നെ കണ്ടാൽ.... കുന്തം, ഇന്നലെ എന്താ ഇതുവഴി വരാഞ്ഞത്?"

"ഞാൻ വന്നിരുന്നു നിന്റെ മണിമാളികയുടെ മുന്നിൽ ആരെയോ കണ്ടപ്പോൾ എന്റെ സൈക്കിളിന് ബ്രേക്കില്ലാതെപോയി."

"എന്താ ചേട്ടാ ഇങ്ങനെയൊക്കെ? ഞാൻ എത്രനേരം നോക്കിയി

രുന്നെന്നോ? കണ്ണുമടുത്തപ്പോൾ ഇത്തിരി വെള്ളം കുടിക്കാൻ അകത്തേക്കുപോയി.''

''ങാ... ഞാൻ ഇന്നലെ ഇത്തിരി നേരത്തെ ഇറങ്ങി.''

''ഈ ചേട്ടന് എന്നോട് ഒരു സ്നേഹവും ഇല്ല....''

''അതുകൊണ്ടായിരിക്കും സർക്കാരാഫീസിലെ ക്ലാർക്ക് വലിയ വീട്ടിലെ പെണ്ണിന്റെ മാളികയുടെ മുന്നിലൂടെ ദിവസവും രണ്ടു പ്രാവശ്യം സൈക്കിൾ ചവിട്ടുന്നത്.''

''ചേട്ടന് എപ്പോഴുമീ വലിയ വീടും പെണ്ണും. ചേട്ടാ ഒരു മിനിട്ട്....''

പിന്നെ നിശ്ശബ്ദം

ഒരു പക്ഷേ എന്റെ നിശ്വാസം അയാൾ കേട്ടിരിക്കും. എനിക്ക് എന്തൊക്കെയോ പറയണമെന്നു തോന്നി. പക്ഷേ പ്രേമനാടകത്തിന്റെ അടുത്ത രംഗത്തിന്റെ ആസ്വാദ്യത നഷ്ടമാക്കാതിരിക്കാൻ ഞാൻ നിശബ്ദനായി.

''ഹോ.... ചേട്ടാ ഞാൻ പേടിച്ചുപോയി! അമ്മയാണെന്നാ വിചാരിച്ചത്....''

''പിന്നെ ആരായിരുന്നു....?''

''ആരുമായിരുന്നില്ല. കാറ്റത്ത് വാതിൽ തനിയെ തുറന്നതാണ്.''

''പിന്നെ എന്തിനാ വിളിച്ചത്.....?''

''അതേ... ആ സ്വരമൊന്നു കേൾക്കാൻ....''

''പെണ്ണേ കാര്യം പറ....''

''നമുക്ക് ഇന്നൊരു സിനിമയ്ക്ക് പോകാം....''

''നിന്റെ കൂടെയോ?''

''പിന്നല്ലാതെ....''

''ഞാനില്ല....''

''അതെന്താ പേടിയാണോ?''

''പേടിയൊന്നുമില്ല. പിന്നെ നീ ടിക്കറ്റ് എടുക്കുമോ?''

''അതുകൊള്ളാം. ചേട്ടനല്ലേ വലിയ ജോലിക്കാരൻ. ശമ്പളക്കാരൻ എനിക്കുവേണ്ടി ഒരു ടിക്കറ്റ് എടുത്തുകൂടെ....?''

''അല്ല നീയാണു വലിയ പണക്കാരി. നീ എടുക്കണം.''

എനിക്ക് നല്ല രസം തോന്നി. സംഭവം ക്ലൈമാക്സിലേക്ക് നീങ്ങുന്നു.

“പറ്റില്ല ചേട്ടൻ തന്നെ എടുക്കണം.”

“നീ എടുത്താൽ മതി.”

“കൊള്ളാം ചേട്ടൻ എടുക്കണം.”

“ഇല്ല നീ തന്നെ എടുക്കണം.”

“എന്താ ചേട്ടാ ഇത്? ചേട്ടന് എടുത്തൂകൂടെ?”

“വേണ്ട നീ തന്നെ എടുത്താൽ മതി”

“പറ്റില്ല...”

കേട്ടുനിന്ന ഞാൻ ആകെ ബേജാറായി. യുവമിഥുനങ്ങൾ, ഫോണിലൂടെ തല്ലിപ്പിരിയുമെന്നോ, പ്രേമം തകരുമെന്നോ ഒക്കെ ഞാൻ ഭയപ്പെട്ടു. എനിക്കു സഹിച്ചില്ല. ഞാൻ അറിയാതെ അങ്ങു പറഞ്ഞുപോയി,

“വേണ്ട നിങ്ങൾ രണ്ടുപേരും എടുക്കണ്ട. ഞാൻ എടുത്തോളാം.”

പറഞ്ഞു കഴിഞ്ഞപ്പോഴാണ് വേണ്ടായിരുന്നു എന്നു തോന്നിയത്.

“യ്യോ.... ചേട്ടാ ആരാ അത്?”

“ഏതോ തൊഴിലില്ലാത്തവൻ ലൈനിൽ വലിഞ്ഞു കയറിയിട്ടുണ്ട്. വച്ചോ പിന്നെ വിളിക്കാം.”

ടിം

കിറു കിറു എന്ന ഡയൽ ശബ്ദം മാത്രം പിന്നെ കേട്ടു.

കഷ്ടം കുറച്ചുകൂടി കേൾക്കാമായിരുന്നു. തോക്കിൽ കയറി വെടി വയ്ക്കേണ്ടിയിരുന്നില്ല.

എങ്കിലും, പത്തു പന്ത്രണ്ടു മിനിറ്റ്, യുവകാമുകീകാമുകന്മാരുടെ ഇടയിൽ അദൃശ്യനായി നിൽക്കാൻ കഴിഞ്ഞതിന്റെ സുഖം ഇപ്പോഴും ഉള്ളിലുണ്ട്.

ഒന്ന് പ്രേമിച്ചതുപോലെയുള്ള സുഖം!

■

തരിശുഭൂവിലെ സ്വപ്നങ്ങൾ

ഇവിടെ എല്ലാവർക്കും സുഖം. പരമസുഖം! ഞാൻ എന്ന ദു:ഖം ആരെയും വേദനിപ്പിക്കാറില്ല. എന്നിലെ ദു:ഖം എന്റെ സ്വകാര്യസ്വത്താണ്. ഒത്തിരി പ്രതീക്ഷകളും അതിലേറെ സ്വപ്നങ്ങളും എന്നിൽ നട്ടുവളർത്തിയ എന്റെ പ്രിയപ്പെട്ട അച്ഛന് അവസാനം എനിക്കിത്ര മാത്രമാണ് തരാനായാത്!

ഈ വീടും ഇതിനുള്ളിലെ അടുക്കളയും....

വലത്തെ കാലും കൈയും തളർന്ന പ്രിയ അച്ഛന് ഇനി ജോലി ചെയ്യാനാവില്ല. ഫാക്ടറിയിൽനിന്നും മുതലാളി പിരിച്ചു വിട്ടു. നല്ലവനായ മാനേജർ ഒരു സഹായി എന്ന നിലയിലാണ് എന്നെ ഇവിടെ കൊണ്ടുവന്നത്. നീറി പുകയുന്ന അച്ഛന് ഇത്തിരി ആശ്വാസത്തിനും. നിത്യരോഗിയായ, മരണത്തിന്റെ കാലൊച്ചയും കാത്തുകഴിയുന്ന അമ്മയും ആശ്വാസത്തിന്റെ നേർത്ത തരിവെട്ടം ഈ വീട്ടിൽ കാണുമെന്ന് ഓർത്തിരിക്കും!

പ്രിയപ്പെട്ട അമ്മേ! അമ്മയ്ക്ക് തെറ്റുപറ്റി, ഇതു നരകമാണ്; ഇത് ആ മഹേഷിന്റെ വീടാണ്. അമ്മ ഓർക്കുന്നില്ലേ. സ്കൂളിലെ സീനിയർ വിദ്യാർത്ഥി മഹേശിനെ? മുശടൻ, വായ്നോക്കി....

അന്നു പരീക്ഷയുടെ രണ്ടുനാൾ മുമ്പ് ലൈബ്രറിയിലെ കൂറ്റൻ അലമാരിക്കു പിന്നിൽനിന്ന് എന്നെ കടന്നുപിടിച്ചപ്പോൾ, കുതറിമാറി ആ കരണത്ത് ഞാൻ മാറി മാറി തല്ലിയില്ലേ, കൈയും, ചെരുപ്പും ഉപയോഗിച്ച്....? ഓടിക്കൂടിയ ആൾക്കാരും പൊതിരെ തല്ലിയില്ലേ....? അവന്റെ വീടാണിത്..... അച്ഛന്റെ നല്ലവനായ മാനേജരുടെ മുടിയനായ പുത്രനാണവനെന്നാരും അറിഞ്ഞിരുന്നില്ല. അവനും അവന്റെ അമ്മയും എനിക്കു നിത്യവേദനയാണ്. അവർക്കു ഞാൻ വെറും വേലക്കാരിയും. ഡേവിഡ് അങ്കിൾ ഉള്ളപ്പോൾ മാത്രമാണ് ഇത്തിരി ആശ്വാസം കിട്ടുക. പക്ഷേ അത് എത്ര നേരം? ഫാക്ടറിയും മില്ലും മറ്റും അങ്കിളിനു ഹരമാണ്. ജീവിതത്തിന്റെ നല്ല സമയമത്രയും ഹോമിക്കപ്പെടുന്നത് അതിനുള്ളിലത്രെ.....

മരണമണിക്കു വഴിയൊരുക്കുന്ന അമ്മയും തളർന്ന അവയവങ്ങളുമായി ഞരങ്ങളും അച്ഛനും നിസ്സഹായതയുടെ പ്രതീകങ്ങളാണ്. പറ

ക്കുമുറ്റാത്ത മൂന്നു കുട്ടികളും, ചോർന്ന് ഒലിക്കുന്ന വാടകവീടും അവ്യക്തമായ നാളെയും ആരിലും ഭീതി ജനിപ്പിക്കും. ഇന്നലെകളിൽ അവിടെ തങ്ങിനിന്ന പാട്ടും തമാശയും പൊട്ടിച്ചിരിയും ഓടക്കുഴലിൽനിന്നും ഒലിച്ചിറങ്ങുന്ന ഈരടികളും ഇന്ന് ഓർമകളുടെ ശവപ്പറമ്പിൽ വെന്തു വെണ്ണീറായി. ഒരു കൂട്ടമരണത്തിൽനിന്നും ഏതോ അദൃശ്യശക്തി അവരെ പിൻതിരിപ്പിച്ചിരിക്കും. അനന്തമായ ഉറക്കം എല്ലാ വേദനകൾക്കും പരിഹാരമായിരുന്നേനെ.

ബന്ധുക്കൾ എന്നു പറയാൻ ആരും ഉണ്ടായിരുന്നില്ല. കുഞ്ഞുനാൾ തൊട്ട് അങ്ങിനെ ആരേയും കണ്ടിട്ടുമില്ല. അബലാമന്ദിരവും അനാഥാലയവും അവരുടെ തറവാടാണെന്ന് അച്ഛനും അമ്മയും പലവട്ടം പറയാറുണ്ടായിരുന്നു.

അമ്മുവിനേയും അപ്പുവിനേയും അജയനേയും ആരെയെങ്കിലും ഏൽപ്പിക്കാം. അവർ എവിടെ എങ്കിലും ജീവിക്കട്ടെ. അവരെ ഇനി വളർത്താൻ നമുക്കാവില്ലല്ലോ.... അത്രയും പറഞ്ഞപ്പോൾ അമ്മയുടെ ഹൃദയം പൊട്ടിക്കാണും. പിന്നെ ഒന്നും അമ്മയ്ക്ക് മുഴുമിപ്പിക്കാനായില്ല..... നിസ്സഹായനായി വിദൂരതയിലേക്കു നോക്കി നെടുവീർപ്പെട്ട അച്ഛന്റെ വികാരങ്ങൾ പണ്ടേ നിലച്ചുപോയിരുന്നു. ആ കവിളിലൂടെ ഒലിച്ചിറങ്ങിയ കണ്ണുനീർ തുടച്ചുമാറ്റാൻ ആ കൈകൾക്കാവതില്ലായിരുന്നു. അന്നു ഞാനാ കണ്ണീർകണങ്ങളെ തുടച്ചു കളഞ്ഞപ്പോൾ അച്ഛൻ പൊട്ടിക്കരഞ്ഞു. നമ്മുടെ സ്വപ്നങ്ങൾ ഏതോ തരിശുഭൂവിലാണ് മോളേ വീണത്. ഒരിക്കൽ നിങ്ങൾ മൂവരും എങ്ങനെയെങ്കിലും ഒത്തുചേരുമ്പോൾ ഹതഭാഗ്യരായ ഈ അച്ഛനമ്മമാരെ ശപിക്കരുത് മോളേ.... അച്ഛന്റെ ശബ്ദത്തിൽ നിസ്സഹായത തളം കെട്ടിയിരുന്നു. അച്ഛന്റെ ശബ്ദത്തിൽ നിസ്സഹായത തളംകെട്ടിയിരുന്നു.

ഞങ്ങളെ ദത്തെടുക്കാൻ ആവശ്യക്കാർ ഏറെ ഉണ്ടായിരുന്നു. അപ്പുവിനെ കൊണ്ടുപോകാൻ വന്ന എഞ്ചിനീയറും ഭാര്യയും ഞങ്ങളുടെ വേർപാടിൽ പൊട്ടിക്കരഞ്ഞു. “ഈ വീടും ഇവിടുത്തെ വിശപ്പും എനിക്കു മതി അമ്മേ” എന്നവൻ നിഷ്ക്കളങ്കതയോടെ പറഞ്ഞപ്പോൾ കട്ടിലിൽ ചാരിയിരുന്ന അമ്മയുടെ കണ്ണുകൾ അറിയാതെ അടഞ്ഞു. വിറയാർന്ന ചുണ്ടുകൾ കൊണ്ട് അമ്മ അവനെ തെരുതെരെ ചുംബിച്ചു.... “ചേച്ചിക്കും എന്നെ വേണ്ടേ.....” എന്ന് എന്റെ അപ്പു എന്നോടു ചോദിച്ചപ്പോൾ അവനെ ഞാൻ വാരിപ്പുണർന്നു. അവന്റെ കവിളിലൂടെ

ഒലിച്ചിറങ്ങിയ കണ്ണീർത്തുള്ളികളെ ഞാനെന്റെ ചുണ്ടുകൾകൊണ്ട് ഒപ്പിയെടുത്തു. തലകുനിഞ്ഞ് അച്ഛൻ അവന്റെ നെറുകിൽ ചുംബിച്ചപ്പോൾ അച്ഛന്റെ തേങ്ങലുകൾക്കു ശബ്ദമില്ലായിരുന്നു.

അജയനേയും കൊണ്ടു കോലോത്തെ തമ്പുരാട്ടി ഇറങ്ങിയപ്പോൾ പൊട്ടിക്കരഞ്ഞത് ഞങ്ങൾ മാത്രമായിരുന്നു. അച്ഛനമ്മമാരെ മാറ്റിപറിക്കുന്ന പ്രക്രിയയ്ക്ക് അവന്റെ മനസ്സിൽ ചോദ്യചിഹ്നമില്ലായിരുന്നു. ഒന്നും അറിയാത്ത അവൻ അവന്റെ പുത്തൻ അമ്മയുടെ ചുവന്ന കാറിൽ ചിരിച്ചു കൊണ്ടിരുന്നു.

വിധിയുടെ ക്രൂരവിനോദങ്ങളിൽ നിസ്സംഗതയുടെ മേലങ്കി അണിഞ്ഞ് അച്ഛനുമമ്മയും ഇരുന്നപ്പോൾ, ഡേവിഡ് അങ്കിളിന്റെ സ്നേഹമാർന്ന വിളി എന്റെ മനസ്സിന്റെ ഉള്ളറകളിൽ ചില്ലറ ചലനങ്ങളുണ്ടാക്കി. അവിടെ തളംകെട്ടിനിന്ന നിശബ്ദതയിൽ എന്റെ തേങ്ങലുകൾ ആരും കേൾക്കാതെപോയി. യാത്ര ചോദിക്കാൻ എന്നിൽ ഇത്തിരിപോലും ശക്തിയുണ്ടായിരുന്നില്ല. ഡേവിഡ് അങ്കിൾ റോഡരുകിൽ എത്തിക്കഴിഞ്ഞു. പിന്നെ പുറകോട്ടു നോക്കിയില്ല. ഇറങ്ങി ഓടി. മുന്നിൽ അപ്പോൾ ഇരുട്ടു പരന്നിരുന്നു. ത്രിസന്ധ്യയും കഴിഞ്ഞ കൂരിരുട്ട്. അവിടെ കേട്ടത് ചീവിടിന്റെ സ്വരം മാത്രമായിരുന്നു.

ഇന്ന് ഇവിടെ ഈ വീട്ടിൽ എനിക്ക് ഉറക്കമില്ല. അച്ഛനമ്മമാരോടൊപ്പം വേദനകൾ പങ്കിടുമ്പോൾ, അവിടെ നോവിന് ഇത്തിരി മധുരമുണ്ടാകും. ഇവിടെ ഈ വലിയ വീട്ടിൽ വികാരങ്ങൾ വിറങ്ങലിച്ചു നിൽക്കുമ്പോൾ എനിക്കു നഷ്ടമാകുന്നത് വേദന നിറഞ്ഞ വാത്സല്യവും സാഹോദര്യത്തിന്റെ ഊഷ്മളതയുമാണ്. നല്ല ഇന്നലെകളുടെ ഓർമ്മകൾ സൂക്ഷിക്കാൻപോലും ഈ വീടിനു കഴിയില്ല.

പിന്നെ ഞാനൊന്നും ചിന്തിച്ചില്ല. ഇറങ്ങി ഓടി – അച്ഛന്റേയും അമ്മയുടേയും അടുത്തേയ്ക്ക്. വിധി ഉലച്ച പഴയ കിളിക്കൂട്ടിലേക്ക്.... കുറഞ്ഞൊരുനാൾകൊണ്ടു ഞാൻ വിവേകമതിയായിരിക്കുന്നു. അപ്പുവിനേയും അജയനേയും എനിക്കു തിരിച്ചെടുക്കണം. അമ്മയെ ചികിത്സിപ്പിക്കണം. അച്ഛനെ ശുശ്രൂഷിക്കണം. ഞാൻ ഓടി....

അവിടെ അരണ്ട വെളിച്ചത്തിൽ ഞാൻ ആ കിളിക്കൂടു കണ്ടു. കടിച്ചുപിടിച്ച മൊന്തയിൽനിന്നും പ്രയാസപ്പെട്ട് അച്ഛൻ കിടക്കയിലെ അമ്മയുടെ വായിലേക്കു വെള്ളം ഒഴിക്കുന്നു. വെള്ളം അവിടെയെല്ലാം നന

ച്ചു. അമ്മ അപ്പോഴെ മരിച്ചിരിക്കുന്നു. ഓലത്തുമ്പത്തിരുന്ന് ഒച്ചയുണ്ടാക്കുന്ന പുള്ളും താഴെ ഓലിയിടുന്ന ശ്വാനനും മരണത്തിനു കൂട്ടുനിന്നു. അമ്മയുടെ ചലനമറ്റ ശരീരത്തിൽ കെട്ടിപ്പിടിച്ച് ഞാൻ പൊട്ടിക്കരഞ്ഞു.

"എന്തിനാ അമ്മേ ഞങ്ങളെ ഈ വാത്സല്യത്തിൽനിന്നും ഓടിച്ചകറ്റിയത്? അമ്മയുടെ അനന്തമായ പ്രയാണം [illegible]? ഇനി ഞാൻ പോകില്ല. അച്ഛന്റെ കാലും കയ്യും ഇനി ഞാനാണ്.... എന്നെ ഇനി ഓടിക്കരുതേ...."

അപ്പോഴും അച്ഛൻ കരഞ്ഞില്ല. നിസ്സംഗതയുടെ മേലങ്കി ഇപ്പോഴും അച്ഛൻ ധരിച്ചിരിക്കുന്നു.

അച്ഛന്റെ അമ്മു ഇനി അച്ഛന്റെകൂടെ മാത്രം.... അച്ഛനെ കെട്ടിപ്പിടിച്ചു ഞാൻ തേങ്ങി. അച്ഛന്റേയും എന്റെയും കണ്ണുനീർ ഒന്നിച്ച് എന്റെ കവിളിലൂടെ ഒഴുകിയിറങ്ങി - പുത്തൻ പ്രതീക്ഷകളുടെ ഗംഗാപ്രവാഹമായി.

■

പൂവള്ളിക്കുടിലിലെ ചോർച്ച

അവൻ പ്രമീളയെ ഒത്തിരി സ്നേഹിച്ചു. ഒത്തിരി എന്നു പറഞ്ഞാൽ, ഒത്തിരി ഒത്തിരി! അവസാനം അതു വിവാഹത്തിലും എത്തിച്ചു. പ്രമീള എന്ന അയൽക്കാരിപ്പെണ്ണിന്റെ വളർച്ച തന്റെ കൺമുമ്പിൽത്തന്നെയായിരുന്നു. ഫ്രോക്കിൽനിന്നും പാവാടയിലേക്കും; ദാവണിയിലേക്കും, പിന്നെ സാരിയിലേക്കും അവസാനം ഈ മുഗ്ദ്ധ സൗന്ദര്യത്തിലേക്കും അവൾ മെല്ലെ നടന്നടുത്തത് അവൻ നോക്കിക്കണ്ടു.

കായലോരത്തെ പൂവരശിൻചോട്ടിലും, വാടപ്പറമ്പിലെ അരയാൽത്തണലിലും, അവർ ഹൃദയങ്ങൾ കൈമാറിയിട്ടുണ്ട്. തെക്കേവീട്ടിലെ പ്രമീള എന്ന സുന്ദരിപ്പെണ്ണിന്റെ ഗന്ധവും പേറിവരുന്ന ഇളംതെന്നലിന് അവൻ പ്രത്യേക വരവേൽപ്പു നൽകിയിരുന്നു. സർക്കാരാഫീസിലെ ഗുമസ്തന്റെ മകൻ, തൂമ്പാപ്പണിക്കാരൻ വേലുവിന്റെ മകളെ പ്രേമിച്ചതും, വിവാഹം കഴിച്ചതും, വീട്ടുകാർക്കും പിന്നെ കുറെ നാട്ടുകാർക്കും ഇഷ്ടപ്പെട്ടില്ലപോലും.

മഞ്ഞുമൂടിയ കാശ്മീർ താഴ്വരകളിൽ, അതിർത്തി കാക്കുമ്പോൾ, ഏകാന്തതയുടെ വിരസതയിൽ കൂട്ടിനെത്തുന്നത്, പ്രമീള എന്ന ഗ്രാമീണപ്പെണ്ണിന്റെ എഴുത്തും, പിന്നെ അവൾ സമ്മാനിച്ച ഒരുപിടി നല്ല നിമിഷങ്ങളുടെ ഓർമകളുമായിരുന്നു. പണ്ടും ഇന്നും.

ഒരു അവധിക്കായിരുന്നു വിവാഹം. കൊട്ടും കുരവയും സദ്യയും ഉണ്ടായിരുന്നു. നാദസ്വരത്തിന്റെ അകമ്പടിയോടെ അവളുടെ കഴുത്തിൽ വരണമാല്യം ചാർത്തിയപ്പോൾ, അവളുടെ വിറയാർന്ന കൈകളിൽ പുടവ കൊടുത്തപ്പോൾ, ആയിരം ചിറകുള്ള അഭിലാഷങ്ങൾ പറന്നുയരുകയായിരുന്നു. അനന്തതയിലേക്ക്! ആകാശംമുട്ടെ നെയ്തെടുത്ത സ്വപ്നങ്ങൾ, സാക്ഷാത്ക്കാരത്തിന്റെ ഒരായിരം മുത്തുക്കുടകൾ നിവർത്തി....! അവിടെ സ്വർണ്ണത്തേരിലേറി അവർ യുഗ്മഗാനം പാടി....

ചെത്തിയും ചെമ്പകവും കൊണ്ടു മെനഞ്ഞെടുത്ത പൂവള്ളിക്കുടിലിൽ ജീവിതവും തുടങ്ങി. ആശകളും അഭിലാഷങ്ങളും യാഥാർത്ഥ്യമായപ്പോൾ ജീവിതത്തിനു പുതിയ അർഥങ്ങൾ കണ്ടെടുത്തു. ലോകാവസാനം വരെ അങ്ങനെയങ്ങു തുടരട്ടെ എന്ന് അറിയാതെ ഉള്ളിൽ ആഗ്രഹിച്ചു.

പക്ഷേ, പൂവള്ളിക്കുടിലിൽ ചോർച്ച ഉണ്ടായി...! ഋതുഭേദങ്ങൾ പ്രകൃതിയിലുണ്ടാക്കുന്ന മാറ്റങ്ങളുടെ മാറ്റൊലി മനുഷ്യഹൃദയങ്ങളിൽ തട്ടി പ്രതിഫലിക്കാറുണ്ട്. വസന്തവും ഹേമന്തവും കടന്നുപോയി. പിന്നെ വേനൽ.... വേനൽച്ചൂടിൽ കരിയുന്ന പ്രമീളയുടെ ഹൃദയത്തുടിപ്പുകൾ മഞ്ഞുരുകുന്ന കാശ്മീർ താഴ്വരയിലെ കൊടുതണുപ്പിൽ, നാടുകാക്കുന്ന പട്ടാളക്കാരൻ നിസ്സഹായതയോടെ കേട്ടിരുന്നു. കഥകളിൽ വായിച്ചുകേട്ട അമ്മായിയമ്മപോര്, അയാൾ നേരിൽ കാണുന്നു. അമ്മയുടെ സ്വഭാവം കണക്കിലെടുത്താൽ, ഈ അവസ്ഥ അനിവാര്യമാണെന്നു നേരത്തേതന്നെ മനസ്സിലാക്കിയിരുന്നു. പ്രമീളയോടും സൂചിപ്പിച്ചിരുന്നു. പക്ഷേ പാവം പ്രമീള! അവൾ എത്രമാത്രം സഹിക്കുന്നു. ഇനി എത്രനാൾ അവൾക്കതിനാവും? ഒന്നും ഇതുവരെ മറിച്ചു പറഞ്ഞിട്ടില്ല. അതാവാം കൂടുതൽ വഷളാക്കുന്നതും.

അവൾ വേണ്ടത്ര പണം കൊണ്ടുവന്നില്ലത്രേ! അവൾക്ക് ആഭരണം കുറവാണുപോലും!

സർക്കാരാഫീസിലെ ഗുമസ്തന്റെ ഏക മകൻ, പട്ടാളക്കാരൻ ദാമുവിന് ഇതിലും നല്ല ബന്ധം കിട്ടിയേനേന്ന്!

ദാമു എഴുതും:

"വയസ്സായ അമ്മയല്ലെ. എന്റെ മോൾ ക്ഷമിക്കൂ.... നമുക്ക് ഒരു രജതരേഖ അങ്ങു ദൂരെ എവിടെയോ ഉണ്ട്...."

അവൾ ഒത്തിരി ക്ഷമിച്ചു. ആരും കാണാതെ തെക്കുപുറത്തെ വാഴച്ചോട്ടിൽ പോയി കരയും. അധികം മനസ്സു നോവിച്ചുകൂടാ. തന്റെ ഉദരത്തിൽ ജീവന്റെ അംശം പിറന്നുകഴിഞ്ഞു.... മനുഷ്യവംശത്തിന്റെ ഇന്നലെകളെയും നാളെകളേയും ബന്ധിപ്പിക്കുന്ന കണ്ണിയാണ് ഇന്നവൾ! ആ നാളെ ഇതാ ജനിച്ചുകഴിഞ്ഞു. തന്റെ രക്തത്തിലും മാംസത്തിലും ദാമുവേട്ടന്റെ നിറവും രൂപവുമുള്ള മറ്റൊരു കൊച്ചു ദാമു വളരുന്നു. അവന്റെ കുഞ്ഞിക്കരച്ചിൽ കേൾക്കാൻ, അങ്ങു ദൂരെ മഞ്ഞുമൂടിയ കാശ്മീർ താഴ്വരയിൽ ഏതോ ബാരക്കിനുള്ളിൽ ദാമു തനിച്ചിരിപ്പുണ്ടാവും!

പ്രമീളയ്ക്ക് അവിടെ അത്താണി എന്നുപറയാൻ ഒരാളേ ഉള്ളൂ. അബു! റോഡരുകിൽ കച്ചവടം നടത്തുന്ന അബു. ദാമുവിന്റെ ഉറ്റമിത്രം തന്നെ. ഒന്നിച്ചു കളിച്ചു വളർന്നവർ. പ്രമീള വളർന്നതും വലുതായതും

അബു കണ്ടിരുന്നു. അവരുടെ പ്രേമത്തിനു കൂട്ടുനിന്നതും, ഒരു കണക്കിനു കല്യാണം നടത്തിക്കൊടുത്തതും ഒക്കെ അബു തന്നെ. റോഡുവക്കിലെ തന്റെ കൊച്ചു സ്റ്റേഷനറിക്കടയിലും, പിന്നെ വീട്ടിലുമായി ഒതുങ്ങിക്കഴിയുന്ന അബു ജന്മനാ ഞൊണ്ടി ആയിരുന്നു. എന്നാലും വടിയൊന്നും വേണ്ട നടക്കാൻ. പക്ഷേ നടക്കുമ്പോൾ ചട്ട് ഉണ്ട്. അബുവിനെ പുതിയാപ്ലയായി സ്വപ്നം കാണുന്ന നബീസ, മാമന്റെ മകൾ തന്നെ. അവൾക്കു ബി. എ.ക്കാരിയാകണം. അബു കാത്തിരിക്കുന്നു. പ്രമീളക്ക് ആ നാട്ടിൽ ഒരിറ്റ് ആശ്രയം അബുതന്നെ. തൂമ്പാപ്പണിക്കാരൻ വേലുവും കുടുംബവും മറ്റൊരു ഗ്രാമത്തിലായി താമസം. മൂത്തവന് അവിടെ അഞ്ചലാപ്പീസിൽ പ്യൂൺ പണിയാണ്. പാവം പ്രമീള! അവൾക്ക് അവരെയൊക്കെ ഒന്നു കാണണമെങ്കിൽ ഇനി ദാമു വരണം. ആരും കാണാതെ വേലിയിറമ്പിൽ നിന്ന്, കടയിലേക്ക് പോകുന്ന അല്ലെങ്കിൽ തിരികെ വരുന്ന അബുവിനെ കാണും. വേദനകൾ പങ്കിടും. കൂട്ടത്തിൽ നബീസായേയും തിരക്കും. മരുന്നുകളും ടോണിക്കുകളും അബു വാങ്ങിക്കൊടുക്കും. കണക്കെല്ലാം ദാമു തീർത്തുകൊള്ളും. അതൊരു അഡ്ജസ്റ്റുമെന്റാണ്. ദാമു-അബു വ്യവസ്ഥ എന്നു തന്നെ വിചാരിക്കുക. പ്രമീളയ്ക്ക് എപ്പോഴും അമ്മയുടെ കണ്ണുവെട്ടിക്കാൻ പറ്റിയെന്നിരിക്കില്ല. ചിലപ്പോൾ അവർ കാണും.... പിന്നെ പറയേണ്ടല്ലോ പൂരം! അവസാനം തെക്കുപുറത്തെ വാഴച്ചോടും അവിടെ വീഴുന്ന കണ്ണീർക്കണങ്ങളും ആരും കാണില്ല. പക്ഷേ, ആ നൊമ്പരങ്ങൾ അങ്ങു മഞ്ഞുമൂടിയ കാശ്മീർ താഴ്വരയിലെ ഏകാന്തത നിറഞ്ഞ ബാരക്കിനുള്ളിൽ വിറങ്ങലിച്ചു നിൽപ്പുണ്ടാകും. ദാമു പറയാറുള്ള രജതരേഖയും പ്രതീക്ഷിച്ചുകൊണ്ട്!

പ്രമീളയെ ആശുപത്രിയിലാക്കാൻ സഹായിച്ചതും അബു തന്നെ. കൂട്ടിനു പ്രമീളയുടെ അമ്മയും ഉണ്ടായിരുന്നു. പക്ഷേ പ്രസവസമയത്ത് അബു അവിടെ ഇല്ലാതെപോയി. അതൊരു കുറ്റബോധമായി അബുവിനു തോന്നുന്നുണ്ടാവും. കാരണം ദാമു-അബു വ്യവസ്ഥയിലെ മറ്റൊരു ഭാഗമായിരുന്നു അതും.

പക്ഷേ പ്രമീളയ്ക്കു വേദന എന്നും തുടർക്കഥതന്നെ. പ്രസവവേദന എന്ന ശാരീരിക വേദന നൈമിഷികമായിരുന്നു. മനസ്സിന് ഏൽക്കുന്ന വേദനകൾ.... അവയുടെ ആക്കം ആര് അളക്കാൻ?

ആൺകുഞ്ഞുതന്നെ. നിറവും വണ്ണവുമൊക്കെയുണ്ട്. നിഷ്ക്കള

ങ്കമായ മുഖം. കൊച്ചു ദാമുതന്നെ.... പക്ഷേ... പക്ഷേ.... അവന്റെ കാൽപ്പാദം വളഞ്ഞിരിക്കുന്നു. ഈശ്വരാ! അബുവിനെപ്പോലെ ഒരു ഞൊണ്ടിയോ. എന്റെ ഉണ്ണി...!!

സഹിക്കാം. അതു സഹിക്കാം. ജന്മനാ ഉണ്ടാകുന്ന കുറവുകൾ ആർക്കും ഉണ്ടാകാം. സഹിച്ചേ പറ്റൂ. അതു പ്രകൃതിയുടെ നിയമമാണ്. അലിഖിത നിയമം. കാശ്മീരിലെ മഞ്ഞുരുകുന്ന താഴ്വരയിൽ, അതിർത്തി കാക്കുന്ന പട്ടാളക്കാരന്റെ കത്തുകൾ ആശ്വാസം തന്നു. പക്ഷേ, അതിന് അമ്മായിയമ്മയുടെ ഭാഷ്യം വേറെ ആയിരുന്നു. റോഡുവക്കിലെ സ്റ്റേഷനറി കടക്കാരൻ ഞൊണ്ടി അബുവാണ് ഉണ്ണീടെ അച്ഛനെന്ന്...!!

വയ്യ. ഇനി വയ്യ! ഈ ഒട്ടകപ്പുറത്ത് ഇനി ഒരു കച്ചിത്തുരാലുപോലും വയ്ക്കാനാവില്ല. സഹനത്തിന്റെ നെല്ലിപ്പലക കണ്ടെത്തിക്കഴിഞ്ഞു.

കാശ്മീരിലെ മഞ്ഞുറയുന്ന തണുപ്പിൽ എഴുത്തുകളും ഇല്ലാതാവുമോ? എല്ലാം സഹിക്കാം. പക്ഷേ ദാമുവേട്ടന്റെ എഴുത്ത് ഇല്ലാതാവുക ഓർക്കുകകൂടി വയ്യ. പത്രങ്ങളിൽ വായിക്കുമ്പോൾ ഞെട്ടാറുണ്ട്. കാശ്മീരിൽ ഭീകരരുടെ തേർവാ്ച! വെടിയൊച്ചയും ബോംബേറും തട്ടിക്കൊണ്ടുപോകലുമൊക്കെ. പുകയുന്ന കാശ്മീർ! ഈശ്വരാ; ഒന്നും സംഭവിക്കല്ലേ....!

പക്ഷേ സംഭവിച്ചു.

അബുതന്നെ പറഞ്ഞു. ദാമുവിനു മുറിവേറ്റു... ആശുപത്രിയിലാണ്.... അപകടനില കഴിഞ്ഞു. സുഖം പ്രാപിക്കുന്നു. ദാമുവിനു സ്വയം എഴുതാറായില്ലപോലും.....

ഈശ്വരാ എന്തൊരു പരീക്ഷണമാണിത്....? ഈ വേദനകൾ എല്ലാം ഒരാൾതന്നെ അനുഭവിക്കണമെന്നുണ്ടോ? അതോ വിധി.....? കുസൃതിപ്പിള്ളേരുടെ കയ്യിലെ തുമ്പിയെപ്പോലെയാ ദേവന്മാർ നമ്മെ കരുതുന്നത്. അവർക്കു രസിക്കാനുള്ള പാവം തുമ്പികൾ....

ഉണ്ണിയുടെ കാലു വളരുന്നതും, കൈയ്യു വളരുന്നതും പ്രമീള കണ്ടു. പിടിച്ചു നിൽക്കും. നടക്കാൻ ശ്രമിക്കുന്നതു കണ്ടിട്ടില്ല. അവൻ നടക്കുന്നതു കാണാൻ പ്രമീളയ്ക്കു കഴിയുമോ...? ദാമുവേട്ടൻ കൂടി കൂട്ടിനുണ്ടായിരുന്നെങ്കിൽ....

ദാമുവിന്റെ കത്തുകൾക്ക് ഇപ്പോൾ തീരെ വശ്യത ഇല്ല. പണ്ട് എഴുതിയ കത്തുകളുടെ ചാരുത എങ്ങോ പോയി മറഞ്ഞിരിക്കുന്നു. ദാമുവേട്ടന്റെ സാമീപ്യം അതിലൂടെ അനുഭവിക്കുമായിരുന്നു. വികാരങ്ങളെ തട്ടിയുണർത്തുമായിരുന്നു. എല്ലാം പോയി മറഞ്ഞു. ഇപ്പോഴിതാ എന്തോ നിസ്സംഗത പരന്നിരിക്കുന്നു. ജീവിതത്തിന്റെ അർത്ഥമില്ലായ്മയെപ്പറ്റി എഴുതും. വിധിയുടെ ക്രൂരതയെപ്പറ്റി എഴുതും എന്തൊക്കെയോ മറയ്ക്കുന്നു എന്ന തോന്നൽ.....

അവസാനം ആ ദിവസം വന്നു.

ദാമു വരുന്നു.

കാശ്മീരിലെ മഞ്ഞുമൂടിയ താഴ്വരകളിൽ അതിർത്തി കാത്ത പട്ടാളക്കാരൻ വരുന്നു. മുറിവേറ്റ പട്ടാളക്കാരന്, സമ്മാനമായി കിട്ടിയ നീണ്ട അവധിയുമായി...

ഉണ്ണിയുടെ ആദ്യ ചുവടുകൾ കാണുവാൻ ചിലപ്പോൾ ദാമുവിനു കഴിയും. അതത്രേ പ്രമീളയെ ഏറെ വേദനിപ്പിക്കുന്നതും. എന്നാലും ദാമു പറയാറുള്ള ആ രജതരേഖയില്ലേ, അതുമായിട്ടായിരിക്കും ഇക്കുറി അവളുടെ ദാമുവേട്ടൻ വരുന്നത്....

വന്നു ദാമു വന്നു

അടുത്ത പട്ടണത്തിലെ റയിൽവേ സ്റ്റേഷനിൽ

എല്ലാവരും ഉണ്ട്, വീരനായകനെ സ്വീകരിക്കാൻ.....

രാജ്യത്തിന്റെ മാനം കാത്ത ധീരനായ (മുറിവേറ്റ) പട്ടാളക്കാരനേയും കൊണ്ടു തീവണ്ടി വന്നു നിന്നു.

ദാ അവിടെ.... ആരോ ചൂണ്ടിക്കാണിച്ചു.

അവിടെ ജനലിനരുകിൽ ഇരുന്നു കൈവീശുന്ന തന്റെ ദാമുവേട്ടൻ.... ദാമു എഴുന്നേറ്റു. വാതിലിനരുകിൽ വന്നു. ആദ്യം കാലിനു പകരം ഒരു ജോടി ഊന്നുവടികളാണു കുത്തിയത്.... രണ്ടുകക്ഷത്തിലും വെച്ച് അതിൽ ഊന്നി ഒറ്റക്കാലിൽ ചാടിവരുന്ന ദാമു... മറ്റൊരു ഞൊണ്ടി!!!

ഉണ്ണിയെ താഴെ നിർത്തി അവൾ ഓടി... ആ കാലിലും ക്രച്ചസിലും കെട്ടിപ്പിടിച്ച് അവൾ കരഞ്ഞു... അവളുടെ തലയിൽ തഴുകിയ ദാമുവിന്റെ കൈകൾക്ക് കാശ്മീരിന്റെ തണുപ്പുണ്ടായിരുന്നു.... ഉണ്ണിയുടെ

കരച്ചിൽ കേട്ട് അവൾ ഞെട്ടിത്തിരിഞ്ഞു. അവന്റെ ആദ്യത്തെ പിച്ച ക്കാൽ വച്ചു കഴിഞ്ഞു. പക്ഷേ ശരിയായില്ല. ഉണ്ണിയും വീണുകഴിഞ്ഞു. വീണുകരയുന്ന ഉണ്ണിയെക്കണ്ട് അവൾ വാവിട്ടു നിലവിളിച്ചുപോയി. ഓടിച്ചെന്ന് അവനെ കോരിയെടുത്തു.... കണ്ണുനീർ ഒലിച്ചിറങ്ങിയ കവി ളിൽ ഒരു നൂറ് മുത്തമിട്ടു. കാശ്മീർ താഴ്വരയിൽ ദേശത്തിന്റെ മാനം കാത്ത ധീരനായ പട്ടാളക്കാരനും പൊടി ഒഴുകിയ കണ്ണീർക്കണങ്ങളെ തടുക്കുവാനായില്ല. ഉണ്ണിയുടെ കുഞ്ഞിക്കൈകൾകൊണ്ട് അവൾ, അച്ഛന്റെ കവിളിൽ തങ്ങിനിന്ന കണ്ണുനീർ ഒപ്പിയെടുത്തു. ആ കുഞ്ഞി ക്കയ്യിൽ, മുഖമമർത്തി മുത്തമിട്ടപ്പോഴും ധീരനായ പട്ടാളക്കാരൻ വിതു മ്പുന്നുണ്ടായിരുന്നു. അങ്ങു ദൂരെമാറിനിന്ന അബുവിന്റെ കണ്ണിലും നന വുണ്ടായിരുന്നു.

ചൂളം വിളിച്ചുകൊണ്ടു തീവണ്ടി പിന്നെയും ചലിച്ചു. അങ്ങു ദൂരെ നിന്നും വന്ന്, ലക്ഷ്യത്തിലേക്ക് അതു പായുന്നു.

വ്യക്തമായ ലക്ഷ്യം...

ആയാസരഹിതമാണ് ആ പ്രയാണം.... തീവണ്ടിക്കുമുണ്ട് ഒരു രജ തരേഖ - ലക്ഷ്യമെന്ന രജതരേഖ....പക്ഷേ, തീവണ്ടിക്കു സഹായം ഊന്നുവടികൾ ആയിരുന്നില്ല.

■

മാധവിക്കുട്ടിയുടെ ഫ്ളോറി

കൽക്കട്ടയിലെ ജൽപ്പൈഗിരി നഗരം.

കൽക്കരിഖനികളുടെ നാടാണ്.

നല്ല സ്ഥലമെന്നു പറഞ്ഞുകൂടാ. ഇടതിങ്ങി പാർക്കുന്ന ജനങ്ങൾ.

ധാരാളം മലയാളികളും ഉണ്ട്.

നല്ല നിലയിൽ പ്രവർത്തിക്കുന്ന മലയാളി സമാജവും ഉണ്ട്.

ബംഗാളികൾക്കു മലയാളികളുമായി ഒത്തിരി സാദൃശ്യമുണ്ടു പോലും; നിറത്തിലും രൂപത്തിലും, സംസ്കാരത്തിലും ഒക്കെ.

സർക്കാരിലും, ആശുപത്രിയിലും, ഖനികളിലും ജോലിചെയ്യുന്ന മലയാളികൾ.

വല്ലപ്പോഴും നാട്ടിൽ പോകുന്നവരും; ഒരിക്കലും പോകാനാവാത്ത വിധം അവിടെ വേരൂന്നിയവരും; പഠിക്കാൻ വരുന്ന വിദ്യാർഥികളും; നേഴ്സുമാരും അവിടെ ഉണ്ട്.

ഫെർണാണ്ടസ് ഗോൺസാലസ് ഇതിൽ രണ്ടാം ഗണത്തിൽപെടുന്നു. നാല്പത്തിയേഴിനുമുമ്പുതന്നെ അവിടെ വന്ന ആളാണ്. ബ്രിട്ടീഷുകാരുടെ അഞ്ചലാപ്പീസിലെ ഗുമസ്തനായിരുന്നു. ആംഗ്ലോ ഇന്ത്യന്റെ പ്രത്യേക പരിഗണനയും ആനുകൂല്യങ്ങളും കിട്ടിയപ്പോൾ പിന്നെ അവിടെനിന്നെങ്ങും പോകാനായില്ല. പടിപടിയായി ഉയർന്നു.

ഭാര്യയും രണ്ടു മക്കളുമടങ്ങുന്ന കൊച്ചു കുടുംബം.

ഇന്ന് ഗോൺസാലസ് സന്തുഷ്ടനാണ്. റിട്ടയർ ചെയ്തെങ്കിലും.

മകൾ ഭർത്താവിനോടൊപ്പം ഇംഗ്ലണ്ടിൽ! മകൻ ഡൽഹിയിൽ ഡോക്ടറാകാൻ പഠിക്കുന്നു. അവൻ പഠനം കഴിഞ്ഞു. വന്നാലും ഇവിടെത്തന്നെ തങ്ങാൻ കൊതിക്കുന്നു. അവന്റെ ഗേൾഫ്രണ്ട് അവിടെ ടീച്ചറാണുപോലും.

അടുത്തുള്ള ആംഗ്ലോ ഇന്ത്യൻ സ്കൂളിലെ പ്രധാനഅധ്യാപികയാണ് ഭാര്യ. റിട്ടയർ ചെയ്യാൻ ഇനിയുമുണ്ട് രണ്ടുമൂന്നു വർഷങ്ങൾകൂടി.

അന്ന് അയാൾ ക്ലബ്ബിലും സമാജത്തിലും പോയിരുന്നു.

തിരികെ വന്നപ്പോൾ ഭാര്യ ചോദിച്ചു :

"മംഗളം കിട്ടിയില്ലേ....?"

"ഇല്ല; തപാൽ കുഴപ്പം..."

"ഏതാണീ പുസ്തകം?"

"വായിക്കാനെടുത്തതാണ്. മാധവിക്കുട്ടിയുടെ എന്റെ കഥ."

"ആരാണീ മാധവിക്കുട്ടി....?"

"അറിയില്ലേ? വിശ്വപ്രസിദ്ധമായ കവിയിത്രിയും കലാകാരിയും! ഇംഗ്ലീഷിലും മലയാളത്തിലും ഒരുപോലെയാ പ്രാവീണ്യം...."

അവർ ആ പുസ്തകത്തിന്റെ പുറന്താളുകളിലൂടെ കണ്ണോടിച്ചു. മുടി കെട്ടാതെ, അലക്ഷ്യമായി പകുത്തിട്ടിരിക്കുന്ന , പൊട്ടുതൊട്ട ഒരു തടിച്ച സ്ത്രീയുടെ പടം തന്നെ, മുകളിൽ ഇടത്തേ മൂലയിൽ. സുന്ദരിയാണെന്നു തോന്നുന്നില്ല. ഒത്തിരി ചിന്തിക്കുന്ന മുഖംതന്നെ. അവരായിരിക്കും ഈ മാധവിക്കുട്ടി..... സപ്തവർണങ്ങളുള്ള ഒരു മയിൽപ്പീലിയാണ്, പിന്നെ പുറം ചട്ടയിലെ പ്രധാന പടം! വായനയുടെ ലോകത്ത് സ്ഫോടനമുണ്ടാക്കിയ കൃതിയത്രെ....!

സ്ഫടികക്കണ്ണാടിയിൽ ഒഴുകിയ കുരുവിയുടെ രക്തം പോലെ, തന്റെ രക്തവും ഈ കടലാസിൽ വാർന്നു വീഴട്ടേന്നും അവർ എഴുതിയിരിക്കുന്നു.

പൈങ്കിളിക്കഥകൾ വായിച്ച മനസ്സിന് ഒരു പുതിയ അനുഭൂതി!

ആശുപത്രിയിൽ രോഗിയായിരുന്നപ്പോൾ ചികിത്സിക്കാൻ വന്ന ഡോക്ടറോട് അവർക്കു പ്രേമം തോന്നിയെന്ന്. അയാളുടെ മുഖത്തേക്കു നോക്കുമ്പോൾ അവരുടെ മുലകൾ ചുരത്താനുള്ള തീക്ഷ്ണ വാഞ്ഛയിൽ വേദനിക്കുമെന്ന്...

ഹേയ്, എന്തൊക്കെയാണ് ഈ സ്ത്രീ എഴുതിയിരിക്കുന്നത്?

എല്ലാം പച്ചയായിത്തന്നെ എഴുതിയിരിക്കുന്നു.

പൊടിപ്പും തൊങ്ങലും വേറെ.

വായിക്കാൻ ഉത്സാഹം ഏറി.....

നല്ല ശൈലി.

തിരഞ്ഞെടുത്ത വാക്കുകൾ.

ആത്മാർത്ഥത സ്ഫുരിക്കുന്ന അനുഭവഗാഥതന്നെ!

അതത്രേ ഈ പുസ്തകത്തെ ഏറെ അടുപ്പിക്കുന്നതും....

ആമുഖത്തിൽനിന്നും ഒന്നാമദ്ധ്യായത്തിലേക്കു കടന്നത് അറിഞ്ഞതേയില്ല. കറുത്ത മുഖമുള്ള, കണ്ണടവച്ച, സൗന്ദര്യമില്ലാത്ത പെണ്ണിന്റെ കഥ വായിക്കുന്തോറും രസം ഏറിവരുന്നു.

പുസ്തകം അടച്ചുവയ്ക്കാൻ തോന്നാത്തവിധം വായനയിൽ അവർ മുഴുകി. ഗോൺസാലസ് ഏതോ പാതിരാപ്പടം ടീവിയിൽ കാണുന്നു.

കൽക്കത്തയിലെ അവരുടെ ബാല്യകാലവും; സിമിത്തേരിയിലെ ബോഗൻവില്ലായും വായിച്ചപ്പോൾ പിന്നെയും പിന്നെയും വായിക്കാൻ തോന്നി

കൽക്കത്തയുടെ പശ്ചാത്തലം ഏറെ ഹൃദ്യമായി. വരികളിൽ തങ്ങിനിന്ന യാഥാർത്ഥ്യങ്ങൾക്കു ജീവൻ വെച്ചപോലെ തോന്നി.

നാലാമധ്യായം, ഒരു പിറന്നാളിന്റെ ഓർമയാണ്.

ഒമ്പതാം ക്ലാസ്സിൽ തൃശൂരിലുള്ള റോമൻ കത്തോലിക്കാ സമുദായത്തിൽപ്പെട്ട കന്യാസ്ത്രീകളുടെ മേൽനോട്ടത്തിലുള്ള ബോർഡിംഗിൽ അവളെ ചേർത്തുവത്രേ....

മുൻവശത്ത് ചരൽ പാകിയ മുറ്റം.... ഒരു കയറ്റത്തിൽ നിർമിച്ച ബോർഡിംഗ്. അതിന്റെ മുമ്പിൽ വെണ്ടയ്ക്കാത്തോട്ടം.... കോൺവെന്റിന്റെ മുമ്പിൽ കടച്ചക്കമരം! ആ മരത്തിൻകീഴെ ഓടിനടക്കുന്ന തുർക്കികോഴികൾ.....

പള്ളി....!

അവർ വായന തെല്ലിട നിറുത്തി. അവ്യക്തമായ ഭൂതകാലത്തിലെവിടെയോ എന്തൊക്കെയോ തെളിയുന്നതുപോലെ....

ഓർമകളുടെ തീരഭൂവിൽ, കാലമാകുന്ന തിരകൾ മായിച്ചു കളഞ്ഞവയിൽ, ചിലതൊക്കെ തെളിഞ്ഞുവരുന്ന തോന്നൽ!

വെണ്ടയ്ക്കാത്തോട്ടവും, കടച്ചക്കാമരവും, തുർക്കിക്കോഴികളും, മനസ്സിന്റെ ഉള്ളറകളിലെവിടെയോ തങ്ങിനിൽക്കുന്നില്ലേ....?

വീണ്ടും വായിക്കാനുള്ള ജിജ്ഞാസ ഏറുന്നതേയുള്ളൂ.....

ഫ്രോക്കിന്റെ അടിയിൽ പെറ്റിക്കോട്ട് എന്നൊരു അടിവസ്ത്രം ധരിക്കണമെന്ന് അന്ന് അവർക്കോ അമ്മയ്ക്കോ അറിവുണ്ടായിരുന്നില്ലെന്ന് എഴുതിയിരിക്കുന്നു.

അവൾ വന്നപ്പോൾ അവളുടെ അടിയിൽ ഒന്നുമില്ലായിരുന്നു എന്നു പാടിക്കൊണ്ട് അവളെ ചില ആംഗ്ലോ-ഇന്ത്യൻ കുട്ടികൾ എതിരേറ്റെന്നും പൊട്ടിച്ചിരിച്ചെന്നും എഴുതിയിരിക്കുന്നു....

ഈശ്വരാ, താനെന്തൊക്കെയാണീ വായിക്കുന്നത്?

ആ പൊട്ടിച്ചിരിച്ച കുട്ടികളുടെ കൂട്ടത്തിൽ താനുമുണ്ടായിരുന്നില്ലേ....?

എന്തൊക്കെയോ ഓർമകൾ ഒത്തുകൂടുന്നു....

തുർക്കിക്കോഴികളുടെ തൂവലു പറിച്ച് വാർഡന്റെ മൊട്ടത്തല മറയ്ക്കുന്ന കറുത്ത തുണിയിൽ തിരുകിവെച്ചത്....

ചീഞ്ഞ കടച്ചക്ക മെസ്സ് ഹാളിൽ വലിച്ചെറിഞ്ഞത്....

കുളിമുറിയിൽ സിസ്റ്റർ ലോറൻസിനെപ്പറ്റി എഴുതിവച്ചത്....

ശാരദ എന്ന സുന്ദരിപ്പെണ്ണിന്റെ കൂട്ടുപിടിക്കാൻ....

വേണ്ട ഇനി വായിക്കണ്ട.

ഓർമിക്കാൻ ശ്രമിച്ചാൽ ഒരുവേള ഓർക്കരുതെന്നും തോന്നുന്നവയും തെളിഞ്ഞുവരും....

പക്ഷേ ഏതാണീ പെൺകുട്ടി?

രാജിയുടേയും മീനാക്ഷിയുടേയും ശാരദാമേനോന്റേയും മുറിയിലുണ്ടായിരുന്ന ആ കൊച്ചുപെണ്ണോ ഈ മാധവിക്കുട്ടി....!!!

ഉണ്ട എന്നു കളിയാക്കി വിളിക്കുന്ന കറുത്ത കണ്ണടക്കാരിയോ....?

സിങ്കപ്പൂരിൽ വളർന്ന സുന്ദരിയായ ശാരദാമേനോനെ പ്രേമിക്കാനും ആരാധിക്കാനും അവിടുത്തെ സ്വവർഗ്ഗപ്രേമികൾ ഒരുങ്ങി പുറപ്പെട്ടു....

ഈശ്വരാ.... വയ്യ.....

ഇനി വായിക്കാനുള്ള ശക്തിയില്ലാതെപോകുന്നു.

തന്റെ പേരും ഇനി ഇവിടെ എവിടെയെങ്കിലും കാണുമോ....?

ഹൃദയമിടിപ്പുകൾക്കു വേഗതയേറുന്നു. പിന്നേയും വായിച്ചു.

പക്ഷേ ശാരദ ഈ സ്വവർഗ പ്രമികളെ കഠിനമായി ശകാരിച്ചു.... ഒടുവിൽ ഫ്ളോറി എന്നൊരുത്തി ഒഴികെ എല്ലാവരും പിന്മാറി....

ഹമ്മേ....! ഇനി ഒട്ടും വയ്യാ.....

ഒട്ടും വായിക്കാൻ പറ്റാത്തവിധം കിതയ്ക്കുന്നു. ശ്വാസമടക്കി ബാക്കികൂടി വായിച്ചു. വായിക്കാതിരിക്കാനും തോന്നുന്നില്ല.

ഫ്ളോറി, ശാരദ മുറിയിൽ ഇല്ലാത്തപ്പോൾ, അവളുടെ തലയിണ ചുംബിക്കുകയും, അവളുടെ തോർത്തുമുണ്ട് മണക്കുകയും മറ്റും ചെയ്തുകൊണ്ടിരുന്നു. ഈ രംഗങ്ങൾക്കൊക്കെ സാക്ഷിയായി ഞാൻ എന്റെ കട്ടിലിൽ കിടന്നിരുന്നു. പക്ഷേ, ഫ്ളോറി എന്റെ സാന്നിദ്ധ്യം തീരെ ഗൗനിച്ചില്ല.

വയ്യാ... ഇനി തീരെ വയ്യാ

കണ്ണിൽ ഇരുട്ടു കയറുന്നു. നെറ്റിത്തടത്തിൽ വിയർപ്പുതുള്ളികൾ ഉരുണ്ടുകിടക്കുന്നു....

തൊണ്ടയാകെ ഉമിനീർ വറ്റി ഉണങ്ങി....

ഓർമിക്കുവാൻ ഒരിക്കലും ആഗ്രഹിക്കാത്ത ചില ഇന്നലെകൾ.

അറിയാതെ ആ കരയ്ക്കടുത്തപ്പോൾ ആകെ തകർന്നുപോയി.

യുവത്വത്തിന്റെ തരിപ്പിനു കാലം തരുന്ന ശിക്ഷയോ....?

അവരങ്ങനെ അവിടെയിരുന്നുപോയി. നിശ്ചലയായി. ഒരു ശില പോലെ....

ഫോൺബെൽ കേട്ടപ്പോൾ ഞെട്ടിയുണർന്നു.

റിസീവർ കൈയിലെടുത്തു.....

"ഹലോ, മിസ്സിസ്സ് ഫ്ളോറി ഗോൺസാലസ് ഉണ്ടോ....?"

"അതെ, ഫ്ളോറി തന്നെ......"

നന്ദിനിക്ക് ഒരു ചരമഗീതം

കാലിൽ ചിലങ്ക അണിയാൻ കുനിഞ്ഞപ്പോൾ, അറിയാതെ കൈ തട്ടി കുങ്കുമച്ചെപ്പു താഴെവീണു. അവിടെ എല്ലാം കുങ്കുമം ചിതറി.

ആകെ ചുവന്നിരിക്കുന്നു.

ഡാൻസ് ടീച്ചറുടെ മുഖം ഇരുണ്ടു.

കണ്ണുകൾ തുറിപ്പിച്ച്, ചുണ്ടുകൾ വിറപ്പിച്ച് അവരെന്തൊക്കെയോ പുലമ്പി.

മേശപ്പുറത്തിരുന്നു ശ്രുതി ഒപ്പിക്കുന്ന ഹാർമോണിസ്റ്റ് രാവുണ്ണി മാസ്റ്ററുടെ സ്വരം അനുകമ്പ നിറഞ്ഞതായിരുന്നു.

"എന്താ കുട്ടി ഇത്? ദുശ്ശകുനമാണല്ലോ....?"

"നിനക്കെന്തുപറ്റീ....?"

സംഘാംഗങ്ങൾ മുഴുവനും അവളെ ശ്രദ്ധിച്ചു. സംഘനൃത്തമത്സരമാണ് നടക്കുന്നത്.

മേക്കപ്പുമുറിയിലാവട്ടെ, നിന്നുതിരിയാൻ ഇടമില്ല.

മേക്കപ്പുകാരും അവരുടെ സഹായികളും;

ഡാൻസുടീച്ചറും അസിസ്റ്റന്റുമാരും;

സംഗീതക്കാരും അവരുടെ സാമഗ്രികളും;

പിന്നെ, ഡാൻസുകാരും അവരുടെ ബന്ധുക്കളും!

ഓരോ സംഘത്തിനുമുണ്ട് ഇത്രയും പരിവാരങ്ങൾ....

എവിടെയും ബഹളം തന്നെ.

നന്ദിനി നിർന്നിമേഷയായി നിന്നതേയുള്ളൂ.

അവളുടെ മനസ്സ് ആകെ അസ്വസ്ഥമാണ്.

നാടോടിനൃത്തത്തിന്റെ വസ്ത്രങ്ങൾ ധരിക്കുന്നതും, പൊട്ടുതൊടുന്നതും മേക്കപ്പ് അണിയുന്നതുമെല്ലാം യാന്ത്രികമായാണ്.

"ഇന്നലെമുതലാണീവ്യത്യാസം.",കൂട്ടുകാരികളുടെ കണ്ടുപിടിത്തം.

അവൾ അതൊന്നും ശ്രദ്ധിക്കുന്നില്ല.

ഇളകിമറിയുന്ന മനസ്സിന്റെ ശാന്തിതേടിയുള്ള യാത്രയ്ക്കിടയിൽ ഡാൻസും മത്സരവും കടമയുടെ അവശിഷ്ടങ്ങളായി.....

താളം പിഴയ്ക്കാത്ത ചുവടുകൾ!

തബലയുടേയും ഓടക്കുഴലിന്റേയും കാഹളധ്വനിയിൽ ലയിക്കേണ്ട ചുവടുകൾ!

സഖിമാരോടൊപ്പം ഏകതയിൽ അവ ലയിക്കണം.....

അവിടെ പാളിച്ച അരുത്....!

സർവകലാശാലതലത്തിലുള്ള മത്സരമാണ്.

മൂകയെങ്കിലും നിശ്ചയദാർഢ്യം അവളുടെ മുഖത്തു നിഴലിക്കുന്നുണ്ട്.

തട്ടിച്ചിതറിയ കുങ്കുമത്തിന്റെ തരികൾ അവളുടെ ഉടുപ്പിലും തങ്ങിനിൽപ്പുണ്ട്....

അവിടെ ആകെ ചോരമയം....

റോഡിൽ തളം കെട്ടിനിൽക്കുന്ന ചോരപോലെ!

ആ ചോരയിൽ മുങ്ങിക്കിടക്കുന്ന ചേതനയറ്റ രണ്ടു ശരീരങ്ങൾ....

തകർന്നു തരിപ്പണമായ മോട്ടോർസൈക്കിൾ....

ഒന്നും സംഭവിക്കാത്ത കൂറ്റൻ ലോറി....!

മോർച്ചറിയിലെ അരണ്ടവെളിച്ചത്തിൽ ആ ശരീരം അവൾ ഒരിക്കലേ കണ്ടുള്ളൂ....

കുത്തിക്കെട്ടി, ബാൻഡേജിട്ട്, വികൃതമായ പ്രിയകൂട്ടുകാരന്റെ ശരീരത്തിലേക്ക് ഒന്നുകൂടി നോക്കാൻ അവൾക്കു കഴിഞ്ഞില്ല....!

അവൾക്കതിനാവുമായിരുന്നില്ല!

വാവിട്ടുകരഞ്ഞ അവളെ ആരൊക്കെയോ ആശ്വസിപ്പിക്കുന്നുണ്ടായിരുന്നു.

ഒരു കൊച്ചുമനസ്സിനേറ്റ വലിയൊരാഘാതം!

അതേൽക്കുവാനുള്ള ശക്തി ആ കുരുന്നു മനസ്സിനില്ലായിരുന്നു.

സുദീർഘമായിരുന്നെങ്കിലും തെല്ലുനാളുകൾകൊണ്ടു വിരിഞ്ഞെടുത്ത ഒരു നൂറായിരം സ്വപ്നങ്ങളുടെ പേറ്റുനോവ് ഇതുവരെ വിട്ടുമാറിയിട്ടില്ലായിരുന്നു.

ഇനിയുമുണ്ടായിരുന്നു പതിന്മടങ്ങു സ്വപ്നങ്ങൾ, ഭാവിയുടെ ഗർഭനാളത്തിൽ, നാളെയുടെ പ്രകാശത്തെ പ്രതീക്ഷിച്ചുകൊണ്ടുറങ്ങുന്നവ!

പക്ഷേ സ്വപ്നങ്ങൾ, സ്വപ്നങ്ങളല്ലാതാകാൻ ഒരു നിമിഷം മതിയായിരുന്നു. ശപിക്കപ്പെട്ട ഒരു നിമിഷം....

ആ നിമിഷത്തിനും വേറെ അവശിഷ്ടമുണ്ടായിരുന്നു.

അത് അവശേഷിക്കുന്നതോ- നന്ദിനി എന്ന ഡാൻസുകാരിയുടെ മനസ്സിന്റെ ഉള്ളറകളിൽ!

ഇന്നു മത്സരമാണ്.

അതിനു പങ്കെടുത്തേ പറ്റൂ.

മനസ്സും ഹൃദയവും മരവിച്ചപ്പോഴും, അവളുടെ ചുവടുകളിൽ താളം തങ്ങിനിന്നു.

കാലുകളും കൈകളും വിരലുകളും കണ്ണുകളും അവയുടെ ചിട്ടയാർന്ന ചലനവും, ഗാനത്തിന്റേയും മേളക്കൊഴുപ്പിന്റേയും താളാത്മകതയിൽ സമന്വയിച്ചപ്പോൾ, ആ നാടോടിനൃത്തക്കാർ സ്റ്റേജിൽ കവിത വിരിയിച്ചു.

അതു കണ്ടിരുന്ന നൂറുനൂറു ജനഹൃദയങ്ങളിൽ ആസ്വാദനത്തിന്റെ പൂത്തിരി കത്തി...

എല്ലാം മറന്ന് അവർ കയ്യടിച്ചു!

എന്നാൽ അവരുടെ ആഹ്ളാദത്തിമിർപ്പിൽ അലിഞ്ഞുപോയത് നന്ദിനി എന്ന നർത്തകിയുടെ ഹൃദയത്തുടിപ്പുകളായിരുന്നു.

അവരുടെ കയ്യടി സ്വരത്തിൽ കേൾക്കാതെപോയത് ഒരു കൊച്ചുമനസ്സിന്റെ വിറങ്ങലിച്ച വികാരങ്ങളായിരുന്നു.

കൈവിരവുകളെ മുദ്രയാക്കി, കാൽച്ചിലങ്കയ്ക്കു സംഗീതമേകി....!

മരവിച്ച മനസ്സുമായി ആ ശരീരം കുഴഞ്ഞാടിയപ്പോൾ,

അവളുടെ മെയ്‌വഴക്കങ്ങൾ പാട്ടിന്റെ ഈരടികളിലും തംബുരുവിന്റെ സ്വരമാധുരിയിലും ലയിച്ചപ്പോൾ,

ഹൃദയത്തിന്റെ ഒഴിഞ്ഞ കോണിൽ ആരോരുമറിയാതെ സൂക്ഷിച്ച പ്രിയകൂട്ടുകാരന്റെ ചോരയിൽ പൊതിഞ്ഞ, ചലനമറ്റ ശരീരത്തിന് അവളുടെ മനസ്സ് കൂട്ടിരുന്നു...!

കലയുടെ ബാഹ്യകേളിയിൽ ആ കൊച്ചു ഹൃദയത്തിനു പങ്കെടുക്കാനാവില്ലായിരുന്നു.

അവിടെ കൂട്ടിനു കിട്ടിയ, മൃത്യുവിന്റെ മടിയിലുറങ്ങുന്ന, തണുത്തുറഞ്ഞ ആ ശരീരത്തിലങ്ങോളമിങ്ങോളം, വിറയാർന്ന ചുണ്ടുകൾ കൊണ്ടവൾ നൃത്തമാടി.

അപ്പോഴും പുറത്തു സ്റ്റേജിൽ, അവസാന ചുവടുകളുടെ വക്കോളമെത്തിയിരുന്നു.

ആ അവസാന ചുവടിലും, അവളുടെ താളം പിഴച്ചില്ല.

താളവും മേളവും അവിടെ അവസാനിച്ചു.

ഇനി മേളം തുടങ്ങുന്നത് നന്ദിനിയുടെ ഹൃദയത്തിലായിരുന്നു.

സമ്മാനം കിട്ടിയാലെന്ത്, ഇല്ലെങ്കിലെന്ത്?

നൃത്തത്തെ ഉപാസിച്ച ഒരു കൊച്ചുനർത്തകിയുടെ കലയോടുള്ള കടമ അവിടെ തീർന്നിരിക്കുന്നു.

ചിലങ്കകെട്ടി ഇനി ആടാനാവില്ലെന്ന് അവൾക്കറിയാമായിരുന്നു.

പെരുമ്പറകൊട്ടുന്ന ഹൃദയവുമായി അവൾ മടങ്ങി.

കലയുടെ സങ്കൽപ്പങ്ങളിൽനിന്നു ജീവിതത്തിന്റെ പരുപരുത്ത യാഥാർത്ഥ്യങ്ങളിലേയ്ക്കെത്താൻ ഒരിത്തിരിനേരത്തെ കാർയാത്ര മതിയായിരുന്നു.

അവിടെ, ആ മുറിയിലെ ഏകാന്തതയിൽ അവളുടെ ഹൃദയം വെണ്ണീറായി...

ജീവിതത്തിന്റെ അർത്ഥമില്ലായ്മ, ചക്രവാകപ്പക്ഷിയുടെ തേങ്ങലിൽ

അവൾ പണ്ടേ ശ്രവിച്ചായിരുന്നു....

നശ്വരമായ ആ തേങ്ങലുകൾ, അനശ്വര ബന്ധങ്ങളിലെ ചെറുകണ്ണി പോലുമല്ലെന്നുള്ള തോന്നൽ ഏറിവരുന്നു.

അനശ്വരബന്ധങ്ങളെ സൃഷ്ടിക്കാൻ മരണത്തിനുമാത്രമേ കഴിയൂ എന്ന് അവൾ കരുതി!

പിന്നെ അവൾ ചിന്തിച്ചില്ല....

ആ മുറിയിലെ സീലിംഗ് ഫാനിലൂടെ, അതിൽ കൊരുത്ത ഒരു ചെറുസാരിത്തുമ്പിലൂടെ...

അവൾ മൃത്യുവിനെ പുൽകി.....!

മൃത്യുവിന്റെ തേരിലേറി, അനശ്വരതയെ തേടി അവൾ പുറപ്പെട്ടപ്പോൾ, സ്വപ്നങ്ങളുടെ സാക്ഷാത്ക്കാരം, അന്തമില്ലാത്ത അനന്തതയിൽ പുതിയ താവളം തേടിയിരുന്നു.....

■

സ്ഥാനാർത്ഥിയുടെ ചരമങ്ങൾ

സ്ഥാനാർത്ഥിയുടെ ചരമത്തിൽ അതിശയോക്തിയോ, സവിശേഷ തയോ ഒന്നും തന്നെയില്ല. എന്നാൽ അയാളുടെ ചരമങ്ങളിൽ അപാ കത ഏറെയുണ്ട്. സ്ഥാനാർത്ഥിക്കെങ്ങനെയാണീ ചരമങ്ങൾ ഉണ്ടാ വുക? ഇതൊക്കെ ഇവിടെ സംഭവിക്കുന്നതാണ്- ഈ കൊച്ചു കേരള ത്തിൽ! അത്ര വീറോടെയല്ലേ നമ്മുടെ സ്ഥാനാർത്ഥികൾ ഇലക്ഷന് സമ്മതിദായകരെ തേടിയെത്തുന്നത്.

കഥാനായകൻ ആദ്യമായിട്ടാണ് സ്ഥാനാർത്ഥിക്കുപ്പായം അണി യുന്നത്. പ്രത്യേക രാഷ്ട്രീയ ചിന്താഗതിയൊന്നും സ്വന്തമായിട്ടില്ല. ഏതോ കൈനോട്ടക്കാരൻ പറഞ്ഞത്രേ ഒരു ചരിവ് ഉണ്ടെന്ന്. അങ്ങു ചരിഞ്ഞു സുപ്രഭാതത്തിൽ സ്ഥാനാർത്ഥിയുമായി.

പ്രചാരണം കെങ്കേമം!

ചുവരെഴുത്തും, ബാനറും, കോർണർ ബോർഡും, ബിറ്റ് നോട്ടീ സും, കവലപ്രസംഗങ്ങളും, രാത്രിബോർഡുകളും, എന്നുവേണ്ട, രാഷ്ട്രീയ തെരഞ്ഞെടുപ്പിന്റെ ആവനാഴിയിലെ എല്ലാ അമ്പുകളും പ്രയോഗിച്ചുകഴിഞ്ഞു.

മറ്റൊരു വാർഡിലെ സ്ഥാനാർത്ഥി ചോദിച്ചു :

“തനിക്കെത്ര ശവങ്ങൾ കിട്ടി?”

“ശവങ്ങളോ....?”

ഇതുവരെ കേട്ടിട്ടില്ലാത്ത പദപ്രയോഗം.

“അതെ - ശവങ്ങൾ! നിങ്ങളുടെ വാർഡിൽ ഇതിനകം എത്രപേർ മരിച്ചു എന്നർത്ഥം!”

“ഈശ്വരാ! എന്തിന്?”

മരണവീട് പ്രചാരണ ടെക്നിക്കിന്റെ മകുടോദാഹരണമത്രേ. ഷൈനിംഗിന് ഏറ്റം ഉത്തമം! കുറെ വോട്ട് ഇങ്ങു പോരും പോലും!

പിന്നെ, നോക്കിയിരുപ്പായി, ഒരു മരണവാർത്തയ്ക്കുവേണ്ടി.

“ഭഗവാനേ, എന്നാണാവോ കാലന്മാരാരെങ്കിലും ഒന്ന് ഒടുങ്ങുന്നത്.” (ആത്മഗതമാണ്).

ഒടുവിൽ വാർത്തയുമായി സഹചാരികൾ ഓടിയെത്തി. അവിടെവിടെയോ ഒരു കിളവിത്തള്ള മരിച്ചുപോലും. പിന്നെ, നിന്നില്ല, നിന്ന നിൽപ്പിൽ ഓടി -

ഇടനാഴിയിലൂടെ,

വരമ്പിലൂടെ,

ചിറയിലൂടെ....

അവസാനം ആ കൊച്ചു കൂരയിൽ എത്തി!

ഏതോ ഒരു വയസ്സിത്തള്ള - പത്തുതൊണ്ണൂറുവയസ്സും ഉണ്ട്. അയൽക്കാരും നാട്ടുകാരും അവരുടെ മരണത്തിൽ സന്തോഷിച്ചതേയുള്ളൂ. ശരിക്കും ഒരു ഭാരമായിരുന്നു.

നമ്രശിരസ്കനായി, വികാരാധീനനായി, ആ ശവശരീരത്തിനടുത്തു നിന്നു, ഇത്തിരിനേരം - അഭിനയത്തിന്റെ പടവുകൾ....

ഒരു പക്ഷേ ആ തള്ളയുടെ ജീവിതനാളിൽ, പാൻസും ചെരിപ്പും ധരിച്ചവരാരും തന്നെ ആ കൂരയിൽ കാലുകുത്തിയിട്ടില്ലായിരിക്കും.

പക്ഷേ പ്രശ്നം ഗുരുതരമാകുന്നേയുള്ളൂ; അല്ല, ആക്കുന്നതേയുള്ളൂ...

അവരുടെ കാലിൽ ഒരു വ്രണം!

അയൽക്കാർ ആരോ ചവുട്ടിയെന്നോ വിറകുവച്ചു കുത്തിയെന്നോ ഒക്കെ ചെറിയ സംസാരം ഇട്ടുകൊടുത്തു.

പിന്നെ ആ പൊരി അങ്ങ് ആളിക്കത്തി. തന്റെ പ്രവർത്തകർ തന്നെയാണ് കുത്തിപ്പൊക്കിയതും....

സംസാരം ഏറെയായി.

പോലീസ് ആയി. മഹസർ ആയി; പോസ്റ്റുമാർട്ടവും വേണമെന്നായി.

ആശുപത്രിയിൽ കൊണ്ടുപോകാനുള്ള ഏർപ്പാടായി.

അഞ്ചുമൈലകലേന്ന് ആംബുലൻസ് എത്തി.

ഒക്കെ തന്റെ മേൽനോട്ടത്തിൽ, നിയന്ത്രണത്തിൽ.

ഒമ്പതുവൃന്ദം മാലാഖമാരെപ്പോലെ, ആജ്ഞാനുവർത്തികളായ അനുയായികൾ.

(പ്രായം ചെന്ന അമ്മയ്ക്കു കൊട്ടൻചുക്കാദി കഷായം വേണമെന്നു പറഞ്ഞ നാളുകൾ തൽക്കാലം ഓർമ്മിക്കാൻ ശ്രമിക്കുന്നില്ല)

ജഡം ആശുപത്രിയിലായി.

പോസ്റ്റുമാർട്ടം നടത്താതിരിക്കാൻ തന്റെ ഇൻഫ്ളുവൻസ് ഉപയോഗിച്ചു.

പക്ഷേ ഇനി ശവം തിരികെ കിട്ടണമെങ്കിൽ കുറഞ്ഞതു രണ്ടു മണിക്കൂർ വേണ്ടിവരും.

മോർച്ചറിയിലെ ശങ്കരൻകുട്ടി പറഞ്ഞു. ഒരു ചായ ഒക്കെ കുടിച്ചു വരൂ. അപ്പോൾ എല്ലാം ശരിയാകും.

നേരം വെളുത്തപ്പോൾ മുതൽ ഈ ശവത്തിനരികെതന്നെ - ഒരു ചായ തന്റെ ജീവൻതന്നെ നിലനിർത്തിയേക്കാവുന്ന മട്ടായി.

എല്ലാം ബന്ധുക്കളോടു പറഞ്ഞേൽപ്പിച്ചിട്ട് കഥാനായകനും പ്രവർത്തകരും ചായക്കടയിലേക്കു നീങ്ങി. (എത്ര നാളായെന്നോ ഇവറ്റകൾ ഈ പരപീഡയിൽ സുഖം കണ്ടെത്തുന്നു....)

ചായകുടി കഴിഞ്ഞു തിരിച്ചെത്തിയപ്പോൾ കണ്ട കാഴ്ച ഹൃദയഭേദകമായിരുന്നു....! മേപ്പടി ശവം, തന്റെ എതിർ സ്ഥാനാർത്ഥിയും കൂട്ടരും കൂടി പിടിച്ച് ആംബുലൻസിൽ കയറ്റുന്നു...

താൻ പിടിച്ച ആംബുലൻസ്....

താൻ കാശുമുടക്കി, ഇത്രടം വരെയാക്കിയ ശവം....

അവസാനം പിടിച്ചുകയറ്റാൻ അവന്മാരും!

ഓടി....

പക്ഷേ വണ്ടിക്കകത്തും അവന്മാർതന്നെ!

കൊടുംചതി....

വണ്ടി നീങ്ങിത്തുടങ്ങി.

വിട്ടില്ല; പ്രവർത്തകരും വിട്ടില്ല....

ടാക്സി വിളിച്ചു. ചിലവെങ്കിൽ ചിലവുതന്നെ. ഈ വഞ്ചന; ഈ പകൽക്കൊള്ള വെച്ചുപൊറുപ്പിക്കാനാവില്ല.

കുടിലിൽ എത്തിയപ്പോൾ, ശവം തിരിച്ചിറക്കാൻ പോലും ഒട്ടും വിട്ടു കൊടുത്തില്ല.

താനും ചാടിപ്പിടിച്ചു.

ആകെ ബഹളം....

ബഹളത്തിനിടയിൽ തന്റെ ചെരുപ്പിന്റെ വള്ളികൾ പൊട്ടിയതു സ്ഥാനാർത്ഥി അറിയുന്നില്ല.

പൊട്ടിയാലെന്ത്....?

തന്റെ പിന്നാലെ വരുന്നവന്റെ ചെരുപ്പിന്റെ വാറും പൊട്ടിക്കാണുമല്ലോ.

ശവം തോളിലേറ്റാൻ പിന്നെ ഉന്തുംതള്ളുമായി.

അവസാനം തലഭാഗം മാത്രം തന്റെ തോളിലേറ്റാൻ സ്ഥാനാർത്ഥിക്കു സാധിച്ചു. തള്ളേ, നിങ്ങൾ എത്ര ഭാഗ്യവതി! ജീവിച്ചിരുന്നപ്പോൾ പട്ടിണിയും പരിവട്ടവും മിച്ചം വന്നപ്പോൾ തന്റെ ചലനമറ്റ ശരീരത്തിന് ഇത്ര ബഹുമതി കിട്ടുമെന്ന് ഒരിക്കലും ചിന്തിച്ചില്ലല്ലോ. കാക്കയും കഴുകനും കൊത്തിവലിക്കരുതെന്ന പ്രാർത്ഥന മാത്രമേ ഉണ്ടായിരുന്നുള്ളൂ.

പക്ഷേ, ഇപ്പോഴും കാക്കയും കഴുകനും കൊത്തിവലിക്കുന്നു; ആധുനിക വേഷത്തിൽ! അവരവരുടെ സ്പർശനമേറ്റ ഈ ചലനമറ്റ ശരീരം ധന്യമായോ, വികൃതമായോ- എതായാലും സ്ഥാനാർത്ഥിക്കും കിട്ടി ശവങ്ങളിൽ ഒന്ന്....

■

മിനിമം

രാമായണം ശ്രീരാമന്റെ കഥയെങ്കിൽ ശാകുന്തളം ശകുന്തളയുടെ കഥയെങ്കിൽ, മിനിമം മിനിയുടെ കഥ തന്നെ- മിനിവർമത്തമ്പുരാന്റെ കഥ! ഒത്തിരി ശേലുള്ള തമ്പുരാട്ടിക്കുട്ടി.... പൂവിനേയും പുസ്തകത്തേയും പാട്ടിനേയും സ്നേഹിച്ച പാവം പെൺകുട്ടി.

അവൾ എല്ലാവരേയും സ്നേഹിച്ചു. എല്ലാവരും അവളേയും സ്നേഹിച്ചു. ആരെങ്കിലും അവളെ സ്നേഹിക്കാതിരുന്നിട്ടുണ്ടോ?

ഇല്ല.

അങ്ങനെ ആർക്കും സാധിക്കില്ല. അതായിരുന്നു മിനിവർമത്തമ്പുരാൻ അഥവാ മിവത!

രണ്ടാംവർഷ സസ്യശാസ്ത്ര വിദ്യാർത്ഥിനിയായ മിനിവർമ്മത്തമ്പുരാൻ, സതീർത്ഥ്യരുമൊത്ത് ഒരു നാൾ കയറിവന്നത് ഒത്തിരി ഐശ്വര്യവുമായാണ്! കലാലയ വിദ്യാർത്ഥികൾക്ക് ഇംഗ്ലീഷ് വിഷയത്തിൽ പ്രത്യേക ട്യൂഷൻ നൽകി ജീവിതവൃത്തി നയിക്കുന്ന ഈയുള്ളോന്, പത്തുപതിനഞ്ചു പെൺകുട്ടികൾ ഒന്നിച്ചുവന്നപ്പോൾ ഓണനാളിന്റെ ഓർമയുണ്ടായി. ഒറ്റവാക്കിൽ പറഞ്ഞാൽ - സുഭിക്ഷം.

എന്തോ, ആ കുട്ടികളുമായി ഏറെ അടുത്തുപോയി. ഷീലയും എൽസിയും എലിസബത്തും, ലീലാമ്മയും, ഡാളിയും, വിമലയും മറ്റും മറക്കാൻ കഴിയാത്ത കഥാപാത്രങ്ങളായി ജീവിതത്തിന്റെ പ്രധാന രംഗങ്ങളിൽ തങ്ങിനിൽക്കുന്നു. അവരെയൊക്കെ കണ്ടിട്ടും അറിഞ്ഞിട്ടും നാളുകളേറെയായി. അവർ എവിടെ? എന്തെടുക്കുന്നു....? ഒന്നുമറിയില്ല.

എന്നാൽ അവൾ.... മിനിവർമത്തമ്പുരാൻ....!

ഈശ്വരാ, എന്താ ഈ കേൾക്കുന്നത്....! അവൾക്ക്....!?

അപ്രതീക്ഷിതമായാണ് അന്ന് ആ ഫോൺ സന്ദേശം കിട്ടിയത്.

“ഹലോ, പ്രൊഫസർ...?”

“യേസ്സ്, അതെ.”

“ഞാൻ പ്രഭുദാസ് മേനോൻ. സാറിന് എന്നെ ഒരു പരിചയവുമില്ല. പക്ഷേ പറഞ്ഞാൽ അറിയും.”

“പറയൂ...”

“പണ്ട് പത്തിരുപതു വർഷങ്ങൾക്കുമുമ്പ് സാർ ട്യൂഷൻ പഠിപ്പിച്ച നിനിവർമ്മത്തമ്പുരാന്റെ ഭർത്താവാണു ഞാൻ....”

“ഉവ്വോ...? എന്നിട്ട് എന്ത്യേ ഞങ്ങളുടെ തമ്പുരാട്ടിക്കുട്ടി.....? സുഖം തന്നെ?

കുട്ട്യോൾ ഒക്കെ....?,” എന്റെ സംസാരത്തിൽ ഒത്തിരി ആകാംക്ഷ നിറഞ്ഞിരുന്നു. പറയാം... പറയാം...

“കേട്ടോ മിസ്റ്റർ മേനോൻ - യൂ ആർ എ ലക്കി ഗൈ ടു ഹാവ് എ ലേഡി ലൈക്ക് മിവത ആസ് യുവർ വൈഫ്.... (താങ്കൾ ഭാഗ്യവാനാണ് മിവതയെപ്പോലെ ഒരുവളെ ഭാര്യയായി കിട്ടിയപ്പോൾ....)”

“യേസ്, സർ യേസ്, ഞാൻ ഭാഗ്യവാനാണ്. ഒത്തിരി ഒത്തിരി....”

പ്രഭുദാസ് മേനോന്റെ ശബ്ദത്തിൽ പതർച്ച അനുഭവപ്പെട്ടുവോ?

ഞാൻ പറഞ്ഞതിൽ അപ്രീതി ഉണ്ടാവാനെന്തിരിക്കുന്നു? തുടർന്നുള്ള ഏതാനും നിമിഷങ്ങളിൽ കാര്യത്തിന്റെ പന്തികേട് ഉറക്കെ വിളിച്ചോതിയോ...?

“എന്താണ് മേനോൻ....?”

“സർ, സാറിന്റെ മിവതയ്ക്ക് സാറിനെ ഒന്ന് കാണണമെന്ന്. ഇത്രടം വരെ ഒന്നു വരാമോ പ്ലീസ്...?”

“എവിടെ....? എന്തിന്....? എന്തുപറ്റി മിവതയ്ക്ക്?” എന്നിലെ ജിജ്ഞാസയ്ക്ക് അതിരുകളില്ലായിരുന്നു.

“ഞാൻ സിറ്റി ആശുപത്രിയുടെ മുന്നിൽ കാത്തുനിൽക്കാം. സൗകര്യപ്പെടുമെങ്കിൽ ഇപ്പോൾതന്നെ....!”

ആശുപത്രി എന്ന വാക്ക് എന്നെ ഒത്തിരി തളർത്തിക്കഴിഞ്ഞിരുന്നു. എന്താണാവോ ഞങ്ങളുടെ മിവതയ്ക്ക്?

“യേസ് ഞാൻ ഇറങ്ങുകയാണ്. ഇപ്പോൾ തന്നെ.”

റിസീവർ താഴെ വെയ്ക്കുമ്പോൾ ഡ്രസ്സ് മാറുമ്പോഴും കാറിൽ യാത്ര ചെയ്യുമ്പോഴുമെല്ലാം ഉള്ളിൽ നിറഞ്ഞുനിന്നത് ആ തമ്പുരാട്ടി ക്കുട്ടിയായിരുന്നു. അവൾക്കെന്തുപറ്റി?

ഹക്സിലിയുടേയും ഓർവലിന്റേയും മറ്റും ബോറടിപ്പിക്കുന്ന ലേഖ നങ്ങൾ സ്വതസിദ്ധമായ ശൈലിയിൽ ലളിതമായി പഠിപ്പിക്കുമ്പോൾ അതിൽ ലയിച്ചിരിക്കുന്ന കുട്ടികളുടെ മുഖങ്ങളിൽ സ്ഫുരിക്കുന്ന നിർവൃതി അധ്യാപകനിൽ ഉളവാക്കുന്ന സംതൃപ്തിക്ക് അങ്ങ് ആകാ ശംമുട്ടെ അതിരുകളാണ്. അപ്പോഴാണ് മിവതയുടെ ഒരു കുസൃതി... കുട്ടികളെല്ലാം ലയിച്ചിരിക്കുമ്പോൾ അധ്യാപകന് ഇത്തിരി ആവേശം കൂടിയെങ്കിൽ അതിശയിക്കാനൊന്നുമില്ലല്ലോ.....

അപ്പോഴാണ് ആ മുഖത്തേയ്ക്കൊന്നു നോക്കിയതും, അവൾ - മിനിവർമത്തമ്പുരാൻ, പഠിപ്പിക്കുന്ന ചെറുപ്പക്കാരനായ അധ്യാപകനെ നോക്കി ഇടത്തെ കണ്ണുകൊണ്ടൊരു പ്രയോഗം! ഒരു വിങ്കിംഗ്! പൂവാ ലന്മാര് പെൺകുട്ടികളെ നോക്കി ഇങ്ങനെ കണ്ണിറുക്കാറില്ലേ..... എന്നു പറഞ്ഞതുപോലെ.... പക്ഷേ ഇവിടെ കണ്ണിറുക്കിക്കാണിക്കുന്നത് വിദ്യാർഥിനി, അധ്യാപകനെ. അതും പഠിപ്പിച്ചുകൊണ്ടിരിക്കുമ്പോൾ.... എന്താ പോരെ!

അധ്യാപകന്റെ സപ്തനാഡികളും തകരുന്നതുപോലെ. ബാലൻസ് തെറ്റിയോ? കുറേനേരം അങ്ങോട്ടു നോക്കാതെയിരുന്നു. പിന്നെ ചെറു പ്പത്തിന്റെ അവിവേകം പിന്നെയും നോക്കിച്ചു. അപ്പോഴും അവൾ കണ്ണി റുക്കി.... നോക്കുമ്പോഴെല്ലാം അവൾ കണ്ണിറുക്കുന്നു.

അധ്യാപകന് വാക്കുകൾ തെറ്റുന്നു. ശബ്ദം ഇല്ലാതെപോകുന്നു. പക്ഷേ പിന്നീടാണ് മനസ്സിലായത് അവളുടെ ഇടത്തേ കൺപോള കൾക്ക് ഒരു അസുഖം! എപ്പോഴും ആ കൺപോളകൾ തുരുതുരെ അട ഞ്ഞുകൊണ്ടിരിക്കും.....! ഒരു അധ്യാപകന് ജീവിതകാലം മുഴുവൻ ഓർത്തോർത്തു ചിരിക്കാൻ മിവതയുടെ കൺപോളകൾക്ക് കഴിഞ്ഞു.

സിറ്റി ഹോസ്പിറ്റലിന്റെ മുന്നിൽ കാത്തുനിൽക്കുന്ന പ്രഭുദാസ് മേനോനെ മനസ്സിലാക്കുവാൻ ബുദ്ധിമുട്ടൊന്നും ഉണ്ടായില്ല. കാറിൽനിന്നും ഇറങ്ങിയ ഉടൻതന്നെ അയാൾ ഓടിവന്നു.

“മിനി വർമയുടെ....?”

“അതേ ഞാൻ പ്രഭുദാസ്....”

“എന്തുപറ്റി മിനിക്ക്?”

“സാർ പറഞ്ഞില്ലേ, ഞാൻ ഭാഗ്യവാനാണെന്ന്. അതേ ഒത്തിരി.... പക്ഷേ അതെല്ലാം ഇന്നലെകളിൽ തങ്ങിനിൽക്കുന്നു. ഞാൻ സ്പേസ് റിസർച്ച് സെന്ററിലെ ശാസ്ത്രജ്ഞനാണ്. വിദേശത്തും നാലഞ്ചു കൊല്ലം കഴിയേണ്ടി വന്നു. ഉന്നതപഠനവും പരിശീലനവും. എല്ലാം വിവാഹത്തിനുശേഷം. ഒന്നിച്ചായിരുന്നു ജീവിതവും. എത്രപറഞ്ഞാലും തീരാത്ത ദാമ്പത്യമധുരിമയുടെ കഥയാണ് ഞങ്ങൾക്കുള്ളത്. പക്ഷേ മാരകമായ ആ രോഗം അവളെ കാർന്നുതിന്നുന്ന കാര്യം അറിഞ്ഞിട്ട് അധികനാളായില്ല.... സാർ.... എന്റെ മിനിക്കുട്ടി മരിച്ചുകൊണ്ടിരിക്കുന്നു. എപ്പോൾ വേണമെങ്കിലും അതു സംഭവിക്കും. അവൾക്ക് ഒരു ആഗ്രഹം സാറിനെ ഒന്നു കാണണമെന്ന്.....”

അയാൾ പറഞ്ഞുകഴിഞ്ഞപ്പോൾ ആ കണ്ണുകൾ നിറഞ്ഞിരുന്നു. മുഖം വിവർണമായിരുന്നു. അങ്ങങ്ങു പടിഞ്ഞാറെ ചക്രവാളത്തിൽ മുങ്ങിമറയുന്ന ചുവന്ന സൂര്യന്റെ പ്രഭയറ്റ രശ്മികളുടെ ജീവനില്ലായ്മ അയാളുടെ മുഖത്തു പ്രതിഫലിക്കുന്നുണ്ടായിരുന്നു.

എന്റെ കണ്ണിൽ ഇരുട്ടു കയറിയതുപോലെ. മിവതയ്ക്ക് ഇതു സംഭവിച്ചല്ലോ. ഈശ്വരാ....!

എങ്ങനെ ആ മുറിയിലേക്കു കയറണം. എങ്ങനെ അവളെ അഭിമുഖീകരിക്കണം; എങ്ങനെ പ്രതികരിക്കണം. ഒന്നിനും ഒരു രൂപവുമില്ല.....

പ്രഭുദാസ് മുറി തുറന്നുതന്നു....!

അവിടെ ഭിത്തിയോടുചേർന്ന കട്ടിലിന്റെ തലയ്ക്കൽ, തലയണയിൽ ചാരി ഒരു രൂപം ഇരിക്കുന്നു.... എല്ലാ സൗന്ദര്യവും വാർന്നുപോയ ഒരു മനുഷ്യക്കോലം - ഞങ്ങളുടെ മിവത......!

അവൾ ഒന്നു പുഞ്ചിരിക്കാൻ ശ്രമിച്ചു. വേദനയിൽ പൊതിഞ്ഞ പുഞ്ചിരി. ഞാൻ നല്ലവണ്ണം പുഞ്ചിരിച്ചു. തികച്ചും നാടകീയമായിരുന്നു എന്റെ സമീപനം.

“ഹേ! മിവത..... എത്ര നാളായെടോ തന്നെ കണ്ടിട്ട്?”

“കല്യാണത്തിന് ഒരു കുറിപോലും അയച്ചില്ലല്ലോ - അല്ലേലും ഈ പെണ്ണ് എന്നു പറഞ്ഞാൽ ഇങ്ങനെയാ....”

അവിടെ നിന്നിരുന്നവരെല്ലാം അതിശയിക്കുന്നുണ്ടാവും. എന്തെല്ലാം ഞാൻ പറഞ്ഞു.... അവളുടെ തണുത്ത കൈകൾ എന്റെ ഉള്ളംകയ്യിൽ തിരുമ്മിക്കൊണ്ടാണീ വർത്തമാനമെല്ലാം. കോളേജ് ജീവിതം; ട്യൂഷൻ; മിവതയുടെ കണ്ണിറുക്ക്; സെന്റ് ആഗ്നസ് എന്ന പുണ്യവതിയുടെ തിരുനാളിന്റെ തലേ രാത്രിയിൽ, കന്യകമാർ ഭാവി വരനെ സ്വപ്നം കാണുന്നത്; അപ്പോൾ എലിസബത്ത് കടപ്പുറത്തു കപ്പലണ്ടി വിൽക്കുന്ന പയ്യനെ സ്വപ്നം കണ്ടതും, അതുപറഞ്ഞു ക്ലാസ്സിൽ നിറുത്താതെ കരഞ്ഞതും; കാൽവിരലിൽ മോതിരം ഇടുന്ന ഷീലാനായ്ക്കിനെ ആൺകുട്ടികൾ കമന്റടിച്ചതും; എൽസി ക്ലാസ്മുറി തൂത്തു വാരിയപ്പോൾ പൊടി മൂക്കിൽ കയറിയതും നിറുത്താതെ തുമ്മിയതും; പുട്ടും കടുമാങ്ങാക്കറിയും കൊതിയോടെ കഴിച്ചപ്പോൾ വയറ്റിൽ സുഖക്കേടു ബാധിച്ച വിമല....

ചിരിച്ചു. മിനിവർമ്മയും ചിരിച്ചു.... അവിടെ നിന്നിരുന്നവരും ചിരിച്ചു - വേദനയിൽ പൊതിഞ്ഞതെങ്കിലും

ജീവിതത്തിന്റെ നൈമിഷികതയെപ്പറ്റി ഞാൻ പറഞ്ഞു. അനശ്വരമായ മരണാനന്തര ജീവിതത്തെപ്പറ്റി പറഞ്ഞു. ഇടയ്ക്ക്, കണ്ണിറുക്കി ബേജാറാക്കിയ അധ്യാപകന്റെ ഗതികേടിനെപ്പറ്റി പറഞ്ഞു. അപ്പോൾ അവൾ പിന്നെയും ചിരിച്ചു... ഉറക്കെ ചിരിച്ചു....

ഞാനും കൂടെ ചിരിച്ചു. പൊട്ടിച്ചിരിച്ചു. പിന്നെ ഞാൻ ചുമച്ചു. ചുമച്ചു വല്ലാതായപ്പോൾ ഞാൻ പുറത്തേക്കു കടന്നു... അവിടെ.... ഇടനാഴിയിൽ ഭിത്തിയിൽ ചാരി ശൂന്യതയിലേക്കു നോക്കിനിൽക്കുന്ന പ്രഭുദാസിന്റെ മുന്നിൽ ഞാനെത്തി. ആ കൈകൾ എന്റെ കൈക്കുള്ളിലാക്കിയതും ഞാൻ അണപൊട്ടിയതും ഒപ്പം ആയിരുന്നു....

“വയ്യാ, ഇനി വയ്യാ.... പ്രഭു.... ഇനി ചിരിപ്പിക്കാൻ എനിക്കു വയ്യാ...”, വാക്കുകൾക്കു ഞാൻ ഏറെ പ്രയാസപ്പെട്ടു. “സഹതപിക്കാനല്ലാതെ എനിക്ക് എന്തു ചെയ്യാൻ കഴിയും....! തീർത്തും നിസ്സഹായൻ....”, പ്രഭുവിനെ ഞാൻ ആശ്വസിപ്പിക്കാൻ ശ്രമിക്കുകയായിരുന്നു.

“വിധി... വിധിയാണു പ്രഭു... നാം അനുഭവിച്ചേ പറ്റൂ... തോട്ടക്കാരന് എന്നും നല്ല പൂവുതന്നെ വേണം...”

ഞങ്ങൾ രണ്ടാളും വീണ്ടും ആ മുറിയിൽ കയറി. മിവതയുടെ മുഖത്തുനിന്നും ആ ചിരിയുടെ അലകൾ മാറിയിട്ടില്ല.

“എത്ര നാളായി ഞങ്ങളുടെ മിനിക്കുട്ടി ഇങ്ങനെ ഒന്നു ചിരിച്ചിട്ട്”, ആരോ പറഞ്ഞു.

ഞാൻ അടുത്തു ചെന്നു. ആ തലയിൽ തലോടി....

“ധൈര്യമായിരിക്കണം കേട്ടോ എന്തും നേരിടാൻ തയ്യാറാവണം. ജീവിതം ഒരു വെല്ലുവിളിയാണു കുട്ടീ...”

വീണ്ടും ഞാൻ തലോടിയപ്പോൾ അവൾ എന്റെ കയ്യിൽ പിടിച്ചു. എന്നിട്ട് എന്റെ കയ്യിൽ ഒരു മുത്തം തന്നു.

“താങ്ക്യൂ സാർ; താങ്ക്യൂ വെരിമച്ച്.... ഞാനിന്ന് ഒത്തിരി ചിരിച്ചു.... സാർ മാറിയിട്ടേയില്ല. ആ പഴയ സാർ തന്നെ....”

ഞാൻ കുനിഞ്ഞ് അവളുടെ നെറുകയിൽ ഒന്നു ചുംബിച്ചു... അപ്പോൾ എന്റെ കണ്ണിൽനിന്നും അറിയാതെ പുറത്തുവന്ന കണ്ണുനീർത്തുള്ളികൾ അവളുടെ കവിളിൽ പതിച്ചത് ഞാൻപോലും അറിഞ്ഞില്ല. പക്ഷേ അതിനെ എതിരേൽക്കാൻ ആ കവിളിൽ കാത്തിരുന്നു. അവളുടെ കണ്ണീർക്കണങ്ങൾ!

പിന്നെ കണ്ണുനീർത്തുള്ളികളുടെ ചുംബനമായിരുന്നു.

“ഞാൻ വരും..... ഇനിയും വരും.... നാളേയും വരും.... മിവതയെ ചിരിപ്പിക്കാൻ...”

പുറത്തു കടന്നപ്പോൾ പ്രഭുദാസും പറഞ്ഞു.

“താങ്ക്യൂ സാർ.... ഒത്തിരി നന്ദിയുണ്ട്.... ഒത്തിരി....”

വിങ്ങിപ്പൊട്ടിയ പ്രഭുവിന്റെ തോളിൽ തട്ടി. ഒന്നും പറയാനില്ലായിരുന്നു. മൗനം വാചാലമായി...

അസ്വസ്ഥമായ മനസ്സുമായി തിരിച്ചെത്തിയ എന്റെ ചിന്തയിൽ മുഴുവൻ മിനിവർമത്തമ്പുരാനായിരുന്നു. അർബുദം കാർന്നു തിന്നുന്ന പാവം മിവത....

ഒത്തിരി വേദന അവൾക്കു നൽകരുതേ ഈശ്വരാ.... ഉള്ളു നീറി ഞാൻ പ്രാർത്ഥിച്ചു..

പിറ്റേന്നത്തെ പ്രഭാതസൂര്യൻ ഏറെ ചുവന്നിരുന്നു. – മനുഷ്യരക്തം കുടിക്കുന്ന സൂര്യഭഗവാൻ....!

■

ചുംബനം

ഒരിക്കൽ ഗ്രീഷ്മത്തിലെ ഒരു സായാഹ്നത്തിൽ പെട്ടെന്ന് ഞെട്ടി എണീറ്റുപോയി ഒരു പാവം ചുംബനം.

മയക്കമുണർന്ന ചുംബനത്തിനു തോന്നി താൻ ഏകയാണെന്ന്.

ഏയ് അല്ല. അങ്ങനെ ആയിരിക്കില്ല.... ചുരുണ്ട് എഴുന്നേറ്റ ചുംബനം സ്വയം ആശ്വസിച്ചു.

പക്ഷേ, ഞങ്ങൾ ചുംബനങ്ങൾക്ക് ഇരിക്കാൻ, ചെന്നു വീഴാൻ ഇത്തിരി സ്ഥലം വേണം. കവിൾത്തടങ്ങളോ, ചുണ്ടോ മറ്റോ. കൺപോളയായാലും മതി... ചിന്താധീനയായ ചുംബനം ചുറ്റും കണ്ണോടിച്ചു.

എവിടെ ആയിരിക്കാം എനിക്ക് ഇരിക്കാൻ പറ്റിയ ഏറ്റം നല്ല സ്ഥലം...?

പെട്ടെന്ന് ഒരു ആശയം തോന്നി.

ഒരു അറ്റ്ലസ് നോക്കാം....!

അതിൽ നാൽപ്പത്തിരണ്ടാം താളിൽ വലിയ തലക്കെട്ടു കണ്ടു. ചുംബനത്തിനു പറ്റിയ വീടുകൾ....

അതിനു താഴെ ചെറിയ തലക്കെട്ടിൽ ചുംബനത്തിനു പറ്റിയ സമയം എന്നും വായിച്ചു.

ആദ്യത്തെ ഖണ്ഡികയിൽ ഇങ്ങനെ എഴുതിയിരിക്കുന്നു. പരസ്പരം സ്നേഹിക്കുന്ന ഭാര്യയും ഭർത്താവും ഒന്നിച്ചു താമസിക്കുന്ന വീടായിരിക്കും ചുംബനത്തിനു പറ്റിയ ഏറ്റവും നല്ല സ്ഥലം.

സമയമോ?

രാവിലെ, ഭർത്താവ് ജോലിക്കു പോകുന്നതിനുമുമ്പ്. അല്ലെങ്കിൽ അയാൾ ജോലിയും കഴിഞ്ഞ് തിരികെ വരുമ്പോൾ...

അതെ, അതുതന്നെ നല്ല സ്ഥലം. ചുംബനം സ്വയം പറഞ്ഞു. ഞാൻ ഈ ആശയം നേരത്തേതന്നെ സ്വയം മനസ്സിലാക്കേണ്ടതായിരുന്നു.

പ്രഭാതത്തിലെ നനുത്ത ഇളംകാറ്റിലൂടെ, പിന്നെ, അതു പറന്നു.... ഒരേ നിരയിലുള്ള കുറേ നല്ല വീടുകൾ... കടുംനീല നിറമുള്ള ഒരു

വീട്ടിലേക്ക് അതു പറന്നു ചെന്നു...

അവിടെ സുമുഖനായ ഒരു ചെറുപ്പക്കാരൻ പ്രാതൽ കഴിഞ്ഞ് എഴുന്നേൽക്കുന്നു. ഭാര്യ ഒരു ബ്രീഫ്കേസുമായി വരുന്നു. രണ്ടുപേരും ഒരുമിച്ചു പ്രധാന വാതിൽക്കലേക്കു നീങ്ങുന്നു....

ഇതുതന്നെ പറ്റിയ സ്ഥലവും സമയവും...

ഒറ്റ കുതിപ്പിൻ ആ ചുംബനം അവളുടെ ചുണ്ടിലെത്തി....

"ഹോ....!" ഞെട്ടിത്തെരിച്ച ചുംബനം പറഞ്ഞു.

"ഛേയ്.." അവൾ രാവിലെ പല്ലു തേച്ചിട്ടില്ല:

"അവന്റെ ചുണ്ടത്താണെങ്കിൽ പുഴുങ്ങിയ മുട്ടയുടെ നാറ്റവും....!"

"പറ്റില്ല. ഇവിടം എനിക്കു താമസിക്കാൻ പറ്റിയ ഇടമല്ല....?"

ചിറകടിച്ചു പറന്നകന്ന ചുംബനം റോഡിലൂടെ പിന്നെ ലക്ഷ്യമില്ലാതെ കുറെ പറന്നു. പോകുന്ന വഴിയിൽ കാണുന്ന ജനാലകളിലും വാതിലുകളിലും കൂടി അത് എത്തിനോക്കി. മിക്ക വീടുകളും ഒഴിഞ്ഞു കിടന്നിരുന്നു. കാരണം, വീട്ടുകാർ ജോലിസ്ഥലത്തേക്കു പോയിക്കഴിഞ്ഞിരുന്നു.

അങ്ങു ദൂരെ, ഒന്നിൽനിന്നും, ഒരു ഭാര്യയും ഭർത്താവും വാതിലിനരികിലേക്കു നടന്നടുക്കുന്നകണ്ട ചുംബനം, ഒട്ടും താമസിയാതെ അവരുടെ ചുണ്ടുകൾക്കിടയിൽ പാഞ്ഞെത്തി. പക്ഷേ അവിടേയും തങ്ങാൻ അതിനു സാധിച്ചില്ല! ഞൊടിയിടയിൽ അവിടെനിന്നും ഒഴിഞ്ഞുമാറേണ്ടി വന്നു. അത്രകണ്ട് അസഹനീയമായിരുന്നു അവിടെ. തങ്ങിനിന്ന ഗന്ധം. മുഖത്തുപുരട്ടിയ സ്നോയുടേയും, മുടിയിൽ പുരട്ടിയ എണ്ണയുടേയും, മീശയിൽ പുരട്ടിയ ക്രീമിന്റേയും മടുപ്പിക്കുന്ന ഗന്ധം, തികച്ചും അസഹനീയമായിരുന്നു.

ഇല്ല, ഇത് ഇനി പറ്റില്ല.... എന്തോ തീരുമാനിച്ചുറച്ചതുപോലെ ചുംബനം പറഞ്ഞു:

ഞാൻ അറ്റ്ലസ് ഒരിക്കൽകൂടി നോക്കുവാൻ പോകുന്നു....

അതിൽ രണ്ടാമത്തെ ഖണ്ഡികയിൽ ഇങ്ങനെ പറയുന്നു.

പാർക്കുകളും തണൽമരച്ചോടുകളും, നീളമുള്ള പൂച്ചെടികളും

ഏകാന്തമായ ബഞ്ചുകളും ചുംബനങ്ങൾക്കു തങ്ങിനിൽക്കാൻ പറ്റിയ സ്ഥലങ്ങൾതന്നെ.

പക്ഷേ, പറ്റിയ സ്ഥലം തപ്പിയെടുക്കുന്നതിന് ഇത്തിരി ക്ഷമവേണം. അവധി ദിവസങ്ങളിൽ തപ്പുന്നതാണ് ഉത്തമം. സ്ഥലത്തിന്റെ കിടപ്പും മറ്റുവിവരങ്ങളും അറിയാൻപാടില്ലാത്തവരും ഖേദിക്കേണ്ട. അവരുടെ അറിവിനായി, പുസ്തകത്തിന്റെ അവസാനം, പ്രത്യേക പട്ടികയിൽ, ഭൂമി വില്പന ഏജന്റ്സിന്റെ പേരുവിവരങ്ങളും നൽകിയിട്ടുണ്ട്.

ചുംബനം എന്തോ നിശ്ചയിച്ചുറച്ചതുപോലെ.

എനിക്കിനി ഒരു ഗൈഡും വേണ്ട. ഇതു വളരെ പ്രയാസരഹിതമാണ്. വൈകുന്നേരം കുണുങ്ങി എത്തുന്ന ഇളംകാറ്റിൽ ഏതെങ്കിലും പാർക്കിന്റേയും അവിടുത്തെ പൂക്കളുടേയും മണം തങ്ങിനിൽപ്പുണ്ടാവും....

അന്നു പകൽ മുഴുവൻ ചുംബനം ഉറങ്ങി. ക്ഷീണം തീർക്കാൻ. സൂര്യൻ പടിഞ്ഞാറൻ ദിക്കിലേക്കു താഴ്ന്നിറങ്ങി. മയക്കമുണർന്ന ചുംബനം തന്നെ തഴുകിയെത്തിയ കാറ്റിനെ മണപ്പിച്ചു നോക്കി!

അങ്ങു ദൂരെ, ഏതോ പാർക്കിൽനിന്നും പൂക്കളുടെ മണവുംപേറി വന്ന ഇളം തെന്നലായിരുന്നു അത്. പിന്നെ മറ്റൊന്നും ചിന്തിച്ചില്ല. നേരെ അങ്ങോട്ടേയ്ക്കു യാത്രയായി.

ഇലകൾ നിറഞ്ഞ മരങ്ങൾ അവിടെ തണൽ വിരിച്ചിരിക്കുന്നു. സന്ധ്യാസമയത്തെ കിളികളുടെ സ്വരവും പാർക്കിൽ ഓടിനടക്കുന്ന കുട്ടികളുടെ കലപില ശബ്ദവും തമ്മിൽ മത്സരമായിരുന്നു. ചുറ്റുപാടും പരതി നോക്കിയ ചുംബനം ആലോചിച്ചു.

എന്തൊരു ചലനങ്ങൾ! എവിടെയാണാവോ സ്വസ്ഥമായൊരു സ്ഥലം കണ്ടുപിടിക്കുക...

പെട്ടെന്നാണ് അതു കണ്ടത്! അവിടെ ബോഗൻവില്ലാ പന്തലിച്ചു നിൽക്കുന്ന മൂലയിലെ ബഞ്ചിൽ രണ്ടു ശിരസ്സുകൾ തമ്മിൽ അടുത്തടുത്തിരിക്കുന്നു.

പിന്നെ ഒന്നും ചിന്തിച്ചില്ല. ചുംബനം അവിടെ പാഞ്ഞെത്തി. രണ്ടു ശിരസ്സിനുമിടയിൽ ചാടിയിറങ്ങി അവരെ ഒന്നു സൂക്ഷിച്ചുനോക്കി. ഒന്ന്

ഒരു പെൺകുട്ടിയായിരുന്നു. ശാലീന സൗന്ദര്യമുള്ള ഒരു പെൺകുട്ടി....! മറ്റേ ആൾ ഒട്ടും കുറവില്ലാത്ത ഒരു ആൺകുട്ടിയും....

ഇവിടെത്തന്നെ ഇരുന്ന് ഇനി എന്തു ചെയ്യണമെന്ന് ഞാനൊന്ന് തീരുമാനിക്കട്ടെ....

തനിക്ക് ഇരിക്കാൻ, വീഴാൻ പറ്റിയ സമയവും നോക്കി ആ ചുംബനം അവിടെത്തന്നെ ഇരുന്നു. പല പ്രാവശ്യവും അവരുടെ ശിരസ്സുകൾ വളരെ അടുത്തൊക്കെ വന്നു. അവരുടെ അധരങ്ങൾ ഒത്തിരിയൊക്കെ സംസാരിക്കുന്നുണ്ട്. ഏറെനേരമായപ്പോൾ ചുംബനത്തിനു സഹികെട്ടു. അതു കണ്ടിരുന്നപ്പോൾ തലയ്ക്കു മത്തുപിടിക്കുന്നതു പോലെ, അവർ കയ്യെടുത്തു സംസാരിക്കുമ്പോൾ പലപ്പോഴും ഒഴിഞ്ഞു മാറേണ്ടിവന്നു.

പെട്ടെന്ന് ഒരു നിശ്ശബ്ദത.... അവരുടെ സംസാരത്തിനും മറ്റും ഒരു താൽക്കാലിക വിരാമം.... അവരുടെ ചുണ്ടുകൾ എന്തിനോവേണ്ടി അടുക്കുന്നു...

“അവസാനം, ഇതാ എനിക്കു പറ്റിയ സ്ഥലം.”, ചുംബനം സ്വയം പറഞ്ഞുകൊണ്ട് അവരുടെ ചുണ്ടുകളിലേക്കു വീഴാൻ തയ്യാറായി....!

പക്ഷേ പെട്ടെന്നാണ് അത് സംഭവിച്ചത്.... എവിടെനിന്നോ ഒരു പന്തുവന്ന് ആ കാമുകന്റെ തലയിൽ വീണു.

“ഛെയ്...” എന്നുപറഞ്ഞ് അയാൾ ചാടി എണീറ്റ് ആ പന്ത് എവിടെനിന്നാണ് വന്നതെന്ന അന്വേഷിക്കാൻ തുടങ്ങി...

ചുംബനത്തിന് ഒട്ടും സഹിച്ചില്ല. തനിക്കേറ്റ മാനസിക ക്ഷതവുമായി അത് ആളൊഴിഞ്ഞ ബഞ്ചിൽനിന്നും പറന്നകന്നു.

ഇപ്പോൾ ചുംബനം കൂടുതൽ ക്ഷീണിതയാണ്. ഇത്തിരി കരയണമെന്നുപോലും തോന്നുന്നു. വീടുകൾതന്നെ എപ്പോഴും നല്ലതെന്നു മമ്മ പണ്ടു പറഞ്ഞത് അവൾ ഓർത്തു. വേദനയോടെ അവൾ വീണ്ടും പുലമ്പി:

“ങാ, എന്നെ ആരും സ്നേഹിക്കുന്നില്ല...”

സൂര്യൻ അങ്ങു പടിഞ്ഞാറെ ചക്രവാളത്തിൽ വിശ്രമത്തിനൊരുങ്ങുന്നു. തപ്പിയും തടഞ്ഞും ചുംബനം മുന്നോട്ടു പോയിക്കൊ

ണ്ടിരുന്നു. അവസാനം ഒരു മാർക്കറ്റിലെത്തി.

ഓ വേണ്ട..... ഞാൻ ഇവിടെ ഈ ആൾക്കൂട്ടത്തിനിടയിൽ ചതഞ്ഞരയും.

എവിടെയെങ്കിലും ഒന്ന് ഒളിച്ചിരിക്കാൻ പറ്റിയ സ്ഥലം പരതി അത് ഓടി നടന്നു.

പെട്ടെന്നാണ് ഒരു ഗാനത്തിന്റെ ഈരടി അടുത്തൊരു കെട്ടിടത്തിന്റെ ഉമ്മറത്തുനിന്നും ഒഴുകിയെത്തിയത്... സുന്ദരനായ ചെറുപ്പക്കാരൻ സുന്ദരിയായ ഒരു പെൺകുട്ടിയെ മാറോടണയ്ക്കുന്ന ചിത്രങ്ങൾ അവിടെയെല്ലാം തൂക്കിയിട്ടിരിക്കുന്നു. "ഇനി ഇവിടെത്തന്നെ...." ക്ഷീണിതയായ ചുംബനം മൊഴിഞ്ഞു. എന്നിട്ട് ആ കെട്ടിടത്തിനുള്ളിലേക്കു കയറിച്ചെന്നു. പക്ഷേ അവിടെയെല്ലാം ഇരുട്ടായിരുന്നു. തെല്ലിട അവിടെ നിന്ന് അവൾ ചുറ്റും കണ്ണോടിച്ചു. നിരനിരയായി ആൾക്കാർ ഇരിക്കുന്നു. അവരുടെയെല്ലാം തലയുടെ പിൻഭാഗമേ ചുംബനം കാണുന്നുള്ളൂ. അവരെല്ലാം നോക്കുന്നതോ ഒരേ കേന്ദ്രബിന്ദുവിലേക്കു മാത്രം. അവിടേക്കു ദൃഷ്ടികളയച്ച ചുംബനം ആശ്ചര്യപ്പെട്ടുപോയി.....! പുറത്തു തൂക്കിയിട്ടിരുന്ന ചിത്രത്തിൽ കണ്ട സുന്ദരനായ ചെറുപ്പക്കാരൻ, അവിടെ ആ കേന്ദ്രബിന്ദുവിൽ പ്രത്യക്ഷപ്പെടുന്നു. അവൻ മുട്ടുകുത്തി നിൽക്കുന്നതോ....? അതീവ സുന്ദരിയായ ഒരു ചെറുപ്പക്കാരിയുടെ മുന്നിൽ....! ഇത്ര സുന്ദരിയായ ഒരു പെൺകുട്ടിയെ ഈ ചുംബനം ഇതേവരെ കണ്ടിട്ടേയില്ല....

തന്റെ മുമ്പിൽ മുട്ടുകുത്തി നിൽക്കുന്ന കാമുകനോടു സുന്ദരി മൊഴിഞ്ഞു.

"പ്രിയമുള്ളവനേ...." അവൻ അവളിലേക്ക് കൂടുതൽ അടുത്തു.

"നില്ക്കണേ.... നിൽക്കണേ....," എന്ന് അലറിക്കൊണ്ട് ചുംബനം അവരുടെ ഇടയിലേക്കു പാഞ്ഞടുത്തു. സുന്ദരിയായ ആ പെൺകുട്ടിയുടെ വിറയാർന്ന ചുണ്ടുകളിലേക്കു ചുംബനം അലതല്ലി വീണു.

ഹോ.....! അവിടെ ഒരു സിമന്റു മതിലിൽ തലയിടിച്ചു അതു വീണു.

ഒത്തിരി നേരംകഴിഞ്ഞാണ് ചുംബനം ഉണർന്നത്. അപ്പോഴേക്കും കാണികൾ ഒഴിഞ്ഞ ആ സിനിമാശാല തീർത്തും വിജനമായിരുന്നു. പാട്ടും സംഗീതവും അവസാനിച്ചിരിക്കുന്നു. എന്നാൽ പോപ്കോണി

ന്റേയും ചിപ്സിന്റേയും മുടിയിൽ പുരട്ടിയിരുന്ന എണ്ണയുടേയും കനച്ചമണം ആ വായുവിൽ ഇപ്പോഴും തങ്ങിനിൽപ്പുണ്ട്. ശ്വാസം മുട്ടുന്ന ചുംബനം ഒരു തരത്തിൽ വേച്ചുവേച്ചു പുറത്തിറങ്ങിയപ്പോൾ മനസ്സിലായി നേരം നന്നേ വെളുത്തെന്ന്. മാർക്കറ്റിൽ ആൾക്കാർ കൂടിക്കൂടി വരുന്നു. ഇടറോഡിലൂടെ നിരനിരയായ വാതായനങ്ങളുടെ ഇടയിലൂടെ പിറുപിറുത്തുകൊണ്ടു നീങ്ങുമ്പോൾ സ്വയം പറഞ്ഞു:

"വയ്യാ, എനിക്ക് ഇനി വയ്യാ...."

എന്നാൽ ഒരു ഇടനാഴിയിൽനിന്നും പുറത്തേക്കുവന്നപ്പോൾ ഒരു നല്ല വെള്ളക്കെട്ടിടം കണ്ടു. അതിന്റെ പച്ചനിറമുള്ള ബോർഡിൽ എഴുതിയിരിക്കുന്നു:

ബേബി സെന്റർ

ഹായ്.... കുഞ്ഞുങ്ങൾ....! വീണ്ടും ഉന്മേഷവതിയായ ചുംബനം കരുതി- തീർച്ചയായും ചുംബനത്തിന് ഇരിക്കാൻ പറ്റിയ ഇടം ഈ കുഞ്ഞുങ്ങളിൽ എപ്പോഴും ഉണ്ടാകും.

കൂടുതൽ ഉണർവോടെ അത് വായുവിൽ തത്തിക്കളിച്ചു. ഇളംകാറ്റിൽ ഡാൻസു ചെയ്തു. ജനാലയിലൂടെ ഒളിഞ്ഞുനോക്കി. അവിടെ മെടഞ്ഞ തൊങ്ങലുകൊണ്ട് അലങ്കരിച്ച് ഉണ്ടാക്കിയ തൊട്ടിലുകൾ നിരനിരയായി അടുക്കി വച്ചിരിക്കുന്നു. അതിൽ ഓരോന്നിലും നല്ല ശേലുള്ള കുഞ്ഞുങ്ങൾ കിടക്കുന്നു. ഒരു അമ്മ തന്റെ പൊന്നോമനയ്ക്ക് ഒരു ചക്കരമുത്തം കൊടുക്കാൻ കുനിഞ്ഞപ്പോൾ ചുംബനം അവിടെ പറന്നെത്തി....! ഉരുണ്ടു വെളുത്ത ആ കവിളിലേക്ക് ആ അമ്മയുടെ മുഖം അടുക്കുമ്പോൾ ചുംബനത്തിന്റെ ഞരമ്പുകൾ തുടിക്കുകയായി. എല്ലാ തയ്യാറെടുപ്പുകളോടുംകൂടെ അതു വായുവിൽ ബാലൻസ് ചെയ്തു തങ്ങിനിന്നു....

അപ്പോഴാണ്, ഒരു വാതിൽ തുറന്ന്, വെള്ളത്തൊപ്പി വച്ച കർക്കശക്കാരിയായ, ഇത്തിരി പാരുഷ്യം നിറഞ്ഞ ഒരു സ്ത്രീ അവിടേക്കു വന്നത്.

"വേണ്ട.... വേണ്ട.... മമ്മീ....! തൊടുകയും വേണ്ട, ചുംബിക്കുകയും വേണ്ട. ഇവിടെ നിങ്ങൾ കൊണ്ടുവരുന്ന അണുക്കളെ ഞങ്ങൾക്ക് ആവശ്യമില്ല, ആത്മശങ്കിതമായ ആ പാവം അമ്മ പെട്ടെന്നു ചുംബിക്കാതെ

നേരെനിന്നു. ചുംബനമാകട്ടെ, തെല്ലു ലജ്ജയോടെ, വ്യസനത്തോടെ ആരുമറിയാതെ അവിടെനിന്ന് ഒളിഞ്ഞിറങ്ങി....!

അതുവഴി കടന്നുപോയ ചിത്രശലഭത്തോടു വേദനയോടെ ചുംബനം ചോദിച്ചു:

"ഈ ലോകത്ത് ആർക്കും ഒരു ചുംബനം വേണ്ടേ?" ഒരുവേള എന്തെങ്കിലും പരസ്യം ചെയ്യണമായിരിക്കും. ചിലപ്പോൾ ഉത്സവപ്പറമ്പിൽ ഒരു സ്റ്റാൾതന്നെ തുറക്കേണ്ടിവരുമായിരിക്കും.

"മഹാന്മാരെ... മഹതികളേ.... നിങ്ങൾ ഈ ചുംബനം സ്വീകരിക്കൂ....," എന്നൊക്കെ പാടിക്കൊണ്ട് ചുംബനം തുള്ളിച്ചാടി, ഓടി നടന്നു. പക്ഷേ പാട്ടിന്റെ അവസാനം ഒരു ചിന്ത.

എന്താണ് സന്തോഷം...?

സന്തോഷം ഉണ്ടാവണമെങ്കിൽ ചുംബനത്തിന് തീർച്ചയായും ഒരു സ്ഥലം വേണം. ആ നടപ്പാതയിലൂടെ നടന്നു ചെന്നപ്പോൾ കണ്ടത് കുറെ കുട്ടികൾ ഒരു സ്ത്രീയോടു യാത്ര ചോദിക്കുന്നതാണ്. പിരിഞ്ഞുപോകുവാനുള്ള തിടുക്കത്തിൽ തങ്ങൾക്കുകിട്ടിയ സമ്മാനങ്ങളും ബലൂണുകളും അടുക്കിപ്പിടിച്ചുകൊണ്ട് അവർ പറഞ്ഞു:

"ഈ നല്ല പാർട്ടി ഒരുക്കിയതിന് ഒത്തിരി നന്ദിയുണ്ട്.... താങ്ക്സ്...!"

ചുംബനം അക്ഷമയോടെ കാത്തിരുന്നു. ആ സ്ത്രീ ഏതു നിമിഷവും തന്റെ കവിൾ കാണിച്ചുകൊടുക്കുമെന്ന് അതിന് ഉറപ്പുണ്ട്. മണ്ണുപുരണ്ട വേഷങ്ങളും, കേക്കിന്റെ തരികൾ പറ്റിയ മുഖവും, ജാം പറ്റിപ്പിടിച്ചിരിക്കുന്ന ചുണ്ടുകളുമായി ആ കുട്ടികൾ ഓരോരുത്തരായി വന്നു. പക്ഷേ, അവർ ചുംബിക്കാൻ മുതിരുന്നതിനുമുമ്പുതന്നെ ആ സ്ത്രീ തന്റെ വലതുകൈനീട്ടി ഹസ്തദാനം ചെയ്തു വിടപറഞ്ഞു. അങ്ങനെ അവസാനത്തെ കുട്ടിയും അവിടെനിന്നും പോയിക്കഴിഞ്ഞു.

"ഇല്ല എനിക്ക് ഇവിടെ ഒരു സ്ഥലവും കിട്ടില്ല.... വീണ്ടും അറ്റ്ലസ് ഒന്നു പരതിയാലോ...."

അതിലേ കടന്നുവന്ന കാറ്റിൽ ലയിച്ചു. പാവം ചുംബനം കറങ്ങി നടന്നു. ക്ഷീണിതയായ ചുംബനത്തെ എളുപ്പവഴിയിലൂടെ പുറത്തേയ്ക്കു കൊണ്ടുപോകുവാനായി ആ കാറ്റ് ഒരു ക്ലാസുമുറിയിലൂടെ

കടന്നുപോയി.

അവിടെ, ആ മൂലയിൽ സുന്ദരനായ ഒരു കുട്ടി ഏകനായി ഇരിക്കുന്നു. ഈ ലോകത്തിൽ ഏറ്റം സങ്കടപ്പെടുന്ന കുട്ടിയായിരിക്കും അവൻ. കവിളിലേയ്ക്ക് ഇറങ്ങിക്കിടക്കുന്ന, അനുസരണയില്ലാത്ത അലസമായ മുടി ആ മുഖത്തെ കൂടുതൽ ഗൗരവമുള്ളതാക്കുന്നു. ദേഷ്യം ശരിക്കും അടുക്കുന്നതുകൊണ്ടായിരിക്കാം കീഴ്ച്ചുണ്ടു വല്ലാതെ തടിച്ചിട്ടുണ്ട്.

ചുംബനം അതീവ സന്തുഷ്ടയായി.... ആ ഓമനക്കവിളിലേക്കു കൂടുതൽ അടുത്തു.... കവിൾത്തടമാകെ ഏതോ നല്ല മണം തങ്ങി നിൽക്കുന്നു. ആശ്വാസത്തിന്റേതായ ദീർഘനിശ്വാസത്തോടെ ചുംബനം, അവസാനം അതു കണ്ടെത്തി...! തനിക്കു വിശ്വസിക്കാൻ ഒരു ഇടം... അവന്റെ മൃദുലമായ ഇളം കവിളിൽ....!

ആ കുട്ടിക്കാണെങ്കിൽ തന്റെ കവിളിൽ അജ്ഞാതമായ ഏതോ ഒരു ലാളന. ഒരു തലോടൽ അനുഭവപ്പെട്ടു....! അവന്റെ കണ്ണീർക്കണങ്ങൾ. പിന്നെ ആ കവിളിലൂടെ ഒലിച്ചിറങ്ങിയില്ല.... താൻ സ്നേഹിക്കപ്പെടുന്നു എന്ന ചിന്ത ആ കുഞ്ഞു മനസ്സിൽ ഓടി എത്തി.

അല്ലെങ്കിലും ഈ ലോകം അത്രമാത്രം ചീത്തയൊന്നുമല്ലല്ലോ....

■

മാരിവില്ല്

പണ്ടുപണ്ട് ഏതോ ഒരു മാന്ത്രിക യുഗത്തിൽ ഈ ലോകം മുഴുവൻ ഒരു രാജവംശത്തിൻകീഴിലായിരുന്നു. തൃണസസ്യാദികൾ നിറഞ്ഞ, ഹരിതാഭ നിറഞ്ഞ, ശാദ്വലഭൂമി. അവിടെ എല്ലാവരും സന്തോഷവാന്മാരായിരുന്നു. അന്നത്തെ കാലാവസ്ഥപോലും എത്രയോ വിഭിന്നമായിരുന്നു. വർഷത്തിലെ പകുതി മാസങ്ങൾ മഴയെങ്കിൽ പിന്നത്തെ ആറുമാസം സൂര്യപ്രകാശമായിരുന്നു. ആറു രാജകുമാരന്മാരും ഒരു രാജകുമാരിയും ചേർന്നാണ് രാജ്യം ഭരിച്ചിരുന്നത്.

രാജകുമാരിയായിരുന്നു ഏറ്റവും മുതിർന്നവൾ - വയലറ്റ് രാജകുമാരി, ഏഴഴകുള്ള സ്നിഗ്ധസുന്ദരി. രാജകുമാരന്മാർ അവളെ ഒത്തിരി സ്നേഹിച്ചു.

ചുറുചുറുക്കുള്ള ചുണക്കുട്ടപ്പന്മാരായിരുന്നു രാജകുമാരന്മാർ. ഇൻഡിഗോ രാജകുമാരൻ ഒത്തിരി അജ്ഞേയനായിരുന്നു. നിഗൂഢത ഏറെ നിറഞ്ഞിരുന്നു. വളരെ കുറച്ചേ കക്ഷി സംസാരിച്ചിരുന്നുള്ളൂ. നിരുന്മേഷവാനെങ്കിലും വളരെ ശക്തനായിരുന്നു. രാജകൊട്ടാരത്തിലെ മറ്റെല്ലാവർക്കും അദ്ദേഹത്തെ പേടിയായിരുന്നു. കുതിരയോട്ടത്തിൽ അസാമാന്യനൈപുണ്യമുള്ള ഇൻഡിഗോ രാജകുമാരനായിരുന്നു കൊട്ടാരത്തിലെ സേനാനായകൻ.

നീലവർണ രാജകുമാരൻ വളരെ സൗമ്യനും, ശാന്തനുമായിരുന്നു. അദ്ദേഹവും വളരെ കുറച്ചേ സംസാരിച്ചിരുന്നുള്ളൂ. പക്ഷേ സംസാരിക്കുമ്പോൾ പണ്ഡിതന്മാരേപ്പോലെയാണ്. അത്ര ജ്ഞാനിയായിരുന്നു. ഈ രാജവംശത്തിലെ നിയമജ്ഞനായിരുന്ന അദ്ദേഹത്തിന്റെ വിധിന്യായങ്ങൾ നിഷ്പക്ഷവും നീതിയുക്തവുമായിരുന്നു. ഏവർക്കും അഭികാമ്യവും.

ഹരിതവർണ രാജകുമാരനായിരുന്നു ഈ കൂട്ടത്തിലെ ഏറ്റവും പ്രായോഗിക ചിന്താഗതിക്കാരൻ. എല്ലാ പ്രശ്നങ്ങൾക്കും അദ്ദേഹത്തിന് ഒരു പരിഹാരമുണ്ടായിരുന്നു. എല്ലാത്തിന്റേയും നിർമാതാവും ശിൽപ്പിയും അദ്ദേഹമായിരുന്നു. ഇവിടുത്തെ പൂന്തോട്ടങ്ങളും പാർപ്പിടങ്ങളും അദ്ദേഹം രൂപകൽപ്പന ചെയ്തതാണ്.

പീതവർണ രാജകുമാരനായിരുന്നു കൊട്ടാരത്തിൽ പ്രകാശം ചൊരി

ഞ്ഞിരുന്നത്. എപ്പോഴും പ്രസന്നവും ഉന്മേഷവാനുമായിരുന്നു അദ്ദേഹം. രസികത്വം ഒരുപാടു നിറഞ്ഞു നിന്നിരുന്ന അദ്ദേഹം ചിരിക്കുമ്പോൾ (എപ്പോഴും ചിരിതന്നെ) എല്ലാവരും കൂടെ ചിരിച്ചുപോകും. തമാശനിറഞ്ഞ അദ്ദേഹത്തിന്റെ സംസാരം എത്രകേട്ടാലും മതിവരില്ല. പിന്നെയും പിന്നെയും കേൾക്കണമെന്ന തോന്നൽ പിന്നെയും അവ ന്വേഷിക്കുന്നു

പിംഗളവർണ രാജകുമാരനിൽ നിറഞ്ഞു നിൽക്കുന്നത് ഉന്നതമായ ഉത്സാഹവും ഉത്കൃഷ്ടമായ ഉന്മേഷവും ആണ്. രാജകുമാരന്മാരുടെ മുഴുവൻ വസ്ത്രശേഖരണവുമായി ബന്ധപ്പെട്ടു പിംഗളരാജകുമാരൻ ഒത്തിരി സമയം ചെലവഴിക്കാറുണ്ട്. കൊട്ടാരത്തിലെ എല്ലാ ആഡംബരങ്ങളുടേയും മേൽനോട്ടക്കാരൻ എന്ന നിലയിൽ, രാജകുമാരന്മാരെ ഒന്നിനൊന്നു മെച്ചപ്പെട്ട രീതിയിൽ വർണപ്പകിട്ടാർന്നവരാക്കുന്നതും, പിംഗള രാജകുമാരൻ തന്നെ. പീത രാജകുമാരനും, പിംഗള രാജകുമാരനും ഇരട്ട സഹോദരന്മാരെപ്പോലെ എപ്പോഴും ഒന്നിച്ചാണു യാത്ര. രാജ്യത്തെ സുന്ദരമായ സ്ഥലങ്ങളും സാധനങ്ങളും അവർ ഒന്നിച്ചു കണ്ടുപിടിക്കുന്നു.

അരുണവർണ രാജകുമാരനാണ് ഏറ്റവും ഇളയവൻ. അദ്ദേഹം രാജ്യത്തിന്റെ ഖജാൻജിയും ഉത്സാഹവാനും പ്രകാശപൂരിതനുമായിരുന്നു. മാത്രമല്ല കാരുണ്യത്തിന്റെ ശ്രോതസ്സുമായിരുന്നു.

ഒരിക്കൽ വയലറ്റു രാജകുമാരി ഏതോ അജ്ഞാത രോഗം പിടിപെട്ടു കിടപ്പിലായി. ഒരു പ്രത്യേകതരം രോഗം. അവൾ ഒരേ സമയത്തു കരയുകയും ചിരിക്കുകയും ചെയ്തിരുന്നു. ദിവസത്തിൽ പലപ്രാവശ്യം ഇങ്ങനെയുണ്ടായി. അര മണിക്കൂറുകളോളം! എന്നിട്ടു പിന്നെ സാവധാനം ബോധം മറയും. രാജകുമാരന്മാർ വ്യഗ്രമനസ്ക്കരായി. ഒത്തിരി ഡോക്ടർമാരെ കാണിച്ചു. പലവിധം മരുന്നുകൾ നൽകി. പക്ഷേ ഒന്നിനും അവളെ രോഗവിമുക്തയാക്കാൻ കഴിഞ്ഞില്ല. കണ്ണടച്ച് അവൾ കട്ടിലിൽത്തന്നെ കിടന്നു. അവളുടെ മുഖവും ഏറെ വിളറിയിരുന്നു.

അപ്പോഴാണ് ഉന്നതനായ ഓറക്കിളിന്റെ ദിവ്യ അരുളപ്പാടുണ്ടായത്. എല്ലാ അരുളപ്പാടുംപോലെ ഇതും തികച്ചും അവ്യക്തമായിരുന്നു. നീണ്ട ഒരു കടലാസു ചുരുളിൽ കൃത്യവരികളിൽ എഴുതിയ സന്ദേശം ഇപ്രകാരമായിരുന്നു.

"പ്രകൃതിയെ ഒരേസമയം

ചിരിപ്പിക്കുകയും കരയിപ്പിക്കുകയും

ചെയ്യാനാവുമെങ്കിലേ

നമ്മുടെ പ്രിയ രാജകുമാരിയെ

രക്ഷിക്കാനാവൂ...."

പ്രകൃതിയെ ചിരിപ്പിക്കുകയും കരയിപ്പിക്കുകയും വേണം. എത്ര വിചിത്രമായിരിക്കുന്നു. അരുണവർണ രാജകുമാരൻ നെടുവീർപ്പെട്ടു. നീലവർണ രാജകുമാരൻ നിശബ്ദനായിരുന്നു. അസാധാരണമായി ആ നെറ്റിത്തടത്തിൽ ഏറെ ചുളിവുകൾ ദൃശ്യമായി. അദ്ദേഹം ആലോചിച്ചു. ചിരി.... ചിരിക്കണമെന്നു പറഞ്ഞാൽ സന്തോഷപ്രതീകം.... കിളികളുടെ കലപില സ്വരം.... പൂക്കൾ വിടരുന്നു.... കായ്കൾ പഴുക്കുന്നു.... സുന്ദരമായ കാലാവസ്ഥ ഇതിൽ ഏതാണ്? പിന്നെയും പിന്നെയും അദ്ദേഹം സന്ദേശത്തിലെ വരികൾ ഉരിവിട്ടു. എന്നിട്ട് ഉറക്കെ പറഞ്ഞു: അതെ... അതെ.... എനിക്കു പിടികിട്ടി. സഹോദരന്മാരെ നോക്കി അദ്ദേഹം പറഞ്ഞു. മഴയും വെയിലും. ഹേ... അതായത് മഴയും വെയിലും ഒരുപോലെ ഉണ്ടാകണമെന്ന് അല്ലേ...? ഹരിതവർണ രാജകുമാരൻ കൂട്ടിച്ചേർത്തു.

അതെങ്ങനെ നടക്കും പ്രിയരെ.... അസംഭവ്യം... കാരണം ആറു മാസം ഇടവിട്ടല്ലേ മഴയും വെയിലും നമുക്കു കിട്ടുക.... പീതവർണരാജകുമാരൻ സങ്കടത്തോടെ മൊഴിഞ്ഞു. നമ്മൾ എങ്ങനെയെങ്കിലും അവരെ സമ്മതിപ്പിക്കണം. അവർക്കു തിരസ്ക്കരിക്കാൻ പറ്റാത്ത വല്ലതും നമുക്കു സമർപ്പിക്കാം.... ഇൻഡിഗോ രാജകുമാരന്റെ ചിരിയിൽ നിഗൂഢത പരന്നിരുന്നു. രാജകുമാരന്മാർ രാവേറുന്നതുവരെ ആലോചനയിൽ കഴിഞ്ഞു. അവസാനം, പ്രഭാതമെത്തിയപ്പോൾ അവർ രണ്ടു ഗണമായി പിരിഞ്ഞു. ഇൻഡിഗോ, നീലവർണ, ഹരിതവർണ രാജകുമാരന്മാർ മഴദേവനെ കാണാൻ പുറപ്പെട്ടു. പീതവർണ, പിംഗളവർണ, അരുണവർണ രാജകുമാരന്മാർ സൂര്യനെ കാണാനും പുറപ്പെട്ടു.

രണ്ടാമത്തെ കൂട്ടർ ഒരു സൂര്യരശ്മിയിലേറി മുകളിലേക്കു യാത്രയായി. അവിടെയാണെങ്കിൽ ചൂടിന്റെ കാഠിന്യം കൂടിക്കൂടി വരുന്നു. അവസാനം ക്ഷീണിച്ചു വിയർത്തൊലിച്ച് അവർ എത്തി. നിതാന്ത

ദിവ്യശ്രീ ചൂട് ഭഗവാന്റെ രാജ്യത്ത്, അദ്ദേഹത്തിന്റെ ചൂട് കൂടിയ സമയമായിരുന്നു. പരിചാരകർ അറിയിച്ചു. അദ്ദേഹം ഉച്ചവരെ വസ്ത്രം ഒന്നും ധരിക്കയില്ലെന്ന്, കുറച്ചു നാഴികകൾക്കുശേഷം സ്വർണരശ്മികൾ നിറഞ്ഞ ഒരു മുറിയിലേക്ക് അവരെ ആനയിച്ചു. അവിടെ പീതവർണാടകളണിഞ്ഞു കൊഴുത്ത സ്ഥൂല ശരീരിയായ ഒരു യോഗ്യൻ ഒരു സാറ്റിൻ ദിവാൻ കസേരയിൽ പെരുമയക്കത്തിലാണ്ടു കിടക്കുന്നു വളകൾ കൂട്ടിയുരുമ്മുന്ന കൈത്തടങ്ങൾ. ശിരസ്സിലോ പ്രകാശപൂരിത രത്നകിരീടം...! അദ്ദേഹത്തിന്റെ സിൽക്കു വസ്ത്രം ഒരുതരം മർമസ്വരം ഉണ്ടാക്കിക്കൊണ്ടിരിക്കുന്നു.

കണ്ണഞ്ചിപ്പിക്കുന്ന ഒരു അലങ്കാരപ്പൊലിമയിൽ വിസ്മയിച്ചു, രാജകുമാരന്മാർ തലകുമ്പിട്ടു. ഹേ ഭൂതല രാജകുമാരന്മാരേ, സ്വാഗതം.... സൂര്യൻ ചിരിച്ചു. പലവിധ ഭക്ഷണസാധനങ്ങൾകൊണ്ടു നിറഞ്ഞ തീൻമേശയിലേക്കു നോക്കി അദ്ദേഹം പറഞ്ഞു. നിങ്ങൾ കൃത്യസമയത്തുതന്നെ എത്തിയിരിക്കുന്നു. പ്രാതലിനു നേരമായി... രാജകുമാരന്മാർക്ക് ഒട്ടുമേ വിശപ്പില്ലായിരുന്നു. എന്നാലും അവർ തീൻമേശയ്ക്കു ചുറ്റുമിരുന്നു. പിന്നെപിന്നെ അതിശയം തോന്നി. ഈ വട്ടമുഖക്കാരൻ ഒന്നിനു പുറകെ ഒന്നായി കഴിക്കുന്നതു കണ്ടിട്ട്! കഴിക്കുന്നതിനിടയിൽ പറഞ്ഞു, ഇതെനിക്കു ശക്തി സംഭരിക്കാനാണ്. അറിയാമല്ലോ, ഈ ലോകം മുഴുവൻ എനിക്ക് ഒന്നു ചുറ്റണം. അദ്ദേഹം തന്റെ ഉണ്ണിവയറിൽ തലോടിക്കൊണ്ട് ഏമ്പക്കവും വിട്ട്, തൃപ്തനായി ചോദിച്ചു:

ഇനിയിപ്പോൾ ഞാനെന്താ ചെയ്യേണ്ടത്? ഉടൻതന്നെ രാജകുമാരന്മാർ കാര്യങ്ങൾ ധരിപ്പിച്ചു.

സൂര്യന്റെ മുഖം പെട്ടെന്നു രക്തവർണമായി. നാസാരന്ധ്രങ്ങൾ വിറച്ചു. കപിലവർണമായ ആ കണ്ണുകൾ ദേഷ്യംകൊണ്ടു തുടിച്ചു. എന്നിട്ട് ആക്രോശിച്ചു.

നാശം മാത്രം വിതയ്ക്കുന്ന ആ വയസ്സൻ മഴയുമായി ഒന്നിച്ചു പോകാനോ, വയ്യ, പറ്റില്ല.... പറ്റില്ല..... അനിർവചനീയമായ ദേഷ്യംകൊണ്ടു തുള്ളിച്ചാടുകയും കൊച്ചു കാലുകൾ ആഞ്ഞു ചവിട്ടുകയും ചെയ്തു കൊണ്ടിരുന്നു. ആ മുറിയാകെ അസഹ്യമായ ചൂടേറ്റു വിറപൂണ്ടു. ഈ പൊട്ടിത്തെറിയിൽ ചകിതരായ രാജകുമാരന്മാർ ഇത്തിരി പിന്നോക്കം മാറി. അവർ അന്യോന്യം വേദനയോടെ നോക്കി. അവ

സാനം സാധാരണ ചൂടനായ പിംഗളവർണ്ണൻ വളരെ മൃദുവായി ചോദിച്ചു.

"എന്തേ....?"

കാരണം, അവൻ ഒരു മുരടനാണ്. നിരുത്സാഹി, പരിഹാസക്കാരൻ, നിസ്സഹകാരി, വെറുപ്പുളവാക്കുന്നവൻ, കൊടും തണുപ്പൻ! എനിക്കു വെറുപ്പാ, വെറുപ്പ്! സൂര്യൻ പൊട്ടിത്തെറിച്ചു.

കഴിഞ്ഞ ആഴ്ചയിൽ പൂകൾപെറ്റ നമ്മുടെ സംവത്സരം ഒരു ആഘോഷം നടത്തി.... അദ്ദേഹം തുടർന്നു. ഒരു ഉഗ്രൻ ആഘോഷം.... എല്ലാവരും എത്തിയിരിക്കുന്നു. ശുക്രനും, വ്യാഴവും, ചൊവ്വയും, ചോതി നക്ഷത്രവും, ഡയാനയും എന്തിന് വൻകരടി നക്ഷത്രങ്ങളും വന്നിരുന്നു. ഞാനോ എന്റെ പ്രിയപ്പെട്ട വസ്ത്രം ധരിച്ചിരുന്നു. മാസങ്ങളോളം വേണ്ടിവന്നു അതു തയ്യാറാക്കാൻ. ചുവന്ന പട്ടിൻപാളിയിൽ സ്വർണവും വജ്രവും തിളങ്ങി. രാജകീയ പ്രൗഢി ഒഴുകി.... പത്തുപന്ത്രണ്ടു പരിചാരകർ വേണ്ടിവന്നു. എന്റെ വസ്ത്രാഞ്ചലം താങ്ങാൻ. എന്തിന്, ഞാനൊന്നു പറയട്ടെ, ഞാൻ തികച്ചും വൈകാരികോന്മത്തത നിറഞ്ഞ ഒരു സംഭ്രമത്തിൽത്തന്നെയായിരുന്നു.

അനിർവചനീയമായ സന്തോഷത്തിന്റെ പ്രഭാവലയം അദ്ദേഹത്തിൽ നിറഞ്ഞുനിന്നു. പക്ഷേ പെട്ടെന്നായിരുന്നു ആ ഭാവ വ്യത്യാസം. അദ്ദേഹം ചൂടായി പൊട്ടിത്തെറിച്ചു. "എന്നിട്ട് അവനുണ്ടല്ലോ, ആ ചൊറിപിടിച്ച, ശയ്യാവലംബിയായ, വിനാശക പുത്രൻ, മഴ.... അവൻ വന്ന് എന്നെ അങ്ങു നനച്ചു.... എന്റെ എല്ലാം അവൻ നശിപ്പിച്ചു.... ആകാശ മദ്ധ്യേ ഞാൻ ഇളീഭ്യനായി... ഞാൻ അവിടെനിന്നും ഓടി! ഇല്ല..... ഞാൻ അവനെ കാണില്ല. ഇനി കാണില്ല....," വെറുപ്പും വിദ്വേഷവും അദ്ദേഹത്തിൽ നിറഞ്ഞുനിന്നു.

അവർ പിന്നെയും സൂര്യനെ പുകഴ്ത്തുകയും മുഖസ്തുതി പറഞ്ഞു വീർപ്പുമുട്ടിക്കുകയും ചെയ്തെങ്കിലും അദ്ദേഹം അനങ്ങിയില്ല. അവസാനം ക്ഷമകെട്ടപ്പോൾ പിംഗളവർണ രാജകുമാരൻ പറഞ്ഞു. സൂര്യന്റെ പരിഹാസം ഇത്തിരി കൂടിപ്പോകുന്നെന്ന്. അരുണവർണ്ണൻ കുറേക്കൂടി സ്വർണം തരാമെന്നു പറഞ്ഞു. അപ്പോൾ അദ്ദേഹത്തിന്റെ മുഖം ചുവന്നു. നീരസത്തോടെ തുറിച്ചു നോക്കി. എല്ലാവരേയും അടക്കി ഇരുത്തിയിട്ടു പീതവർണ രാജകുമാരൻ ഒരു ചെറു ചിരിയോടെ

പറഞ്ഞു.

"ഇതിനു പ്രത്യുപകാരമായി ഞങ്ങൾക്ക് എന്തെങ്കിലും ചെയ്തു തരാൻ സാധിക്കുമായിരിക്കും. ഹേ, പ്രഭോ, അങ്ങേയ്ക്ക് എന്തെങ്കിലും തരത്തിൽ സേവനം ചെയ്യാൻ ഞങ്ങൾ എപ്പോഴും സന്നദ്ധരാണ്". എന്തോ ഈ നിർദ്ദേശത്തിൽ മതിപ്പു തോന്നിയ ഉണ്ടക്കുടവയറൻ സൂര്യൻ പറഞ്ഞു.

"ഏതായാലും നിങ്ങളെ വെറുംകയ്യോടെ തിരിച്ചയക്കാൻ ഞാൻ ഇഷ്ടപ്പെടുന്നില്ല. അതുമല്ല, നിങ്ങൾ സൂചിപ്പിച്ചതനുസരിച്ച് എനിക്കെന്തെങ്കിലും ചെയ്യാനാകുമെന്നു തോന്നുന്നു."

സംവത്സരം തനിക്കുള്ള സാധാരണ ബുദ്ധി ഉപയോഗിച്ചു പകുതി വീതം ഞങ്ങൾക്കു വീതിച്ചുതന്നു. "ആറു മാസം എനിക്കും പിന്നെ ആറുമാസം ആ അല്പകീടം മഴയ്ക്കും! അതും മഹാ ബോറായിപ്പോയി! പകുതി വർഷത്തേയ്ക്കു മാത്രം എന്നെ പിടിച്ചു കെട്ടിയത് എനിക്ക് ഇഷ്ടപ്പെട്ടില്ല. എന്നെ എന്തുകൊണ്ട് എന്റെ ഇഷ്ടം പോലെ ആണ്ടിൽ ഇടയ്ക്കിടെ വന്നു പോകാൻ അനുവദിക്കുന്നില്ല....?"

കണ്ണിറുക്കി, സൂര്യൻ ഒന്നു പുഞ്ചിരിച്ചപ്പോൾ ഇത്തിരി ഗൂഢാലോചനാംശം അവിടെ തങ്ങിനിന്നു. "നിങ്ങൾക്കു പറ്റുമെങ്കിൽ ഇങ്ങനെ ശരിപ്പെടുത്തു. ഞാൻ എപ്പോഴും നിങ്ങളുടെ കൂടെ ഉണ്ടാകും". സൂര്യൻ പറഞ്ഞു നിറുത്തി.

ഹൃദ്യമായി ഗുഡ്ബൈ പറഞ്ഞ സഹോദരങ്ങൾ പിന്നെ, ഭൂമിയിലേക്കു കുതിച്ചു. മറ്റുള്ളവർ ചെയ്തതെന്തെന്ന് അറിയാനുള്ള തിടുക്കവുമായി.

ഇൻഡിഗോ, നീല, ഹരിതവർണ രാജകുമാരന്മാർക്കും വളരെ രസകരമായ യാത്രാനുഭവമായിരുന്നു. ഒരു കുഞ്ഞു മേഘക്കീറിലേറി, അവർ മൂവരും ഏതോ ഒരു നിരോധിക്കപ്പെട്ട സ്ഥലത്ത് എത്തി. ഇരുൾമൂടിയ അവിടെനിന്നും ഒരു സ്വരം കേട്ടു. "ആരാ അവിടെ?" പേടിച്ചരണ്ട അവർ മേഘപാളി പൊക്കി, തല ഉയർത്തി നോക്കി. ശൈവലം പിടിച്ച ബാഷ്പപടലം നിറഞ്ഞ ഒരു ഗുഹയിൽ അവർ എത്തിയിരിക്കുന്നു. നേരിയ ഇരുളിൽ, പ്രയാസപ്പെട്ടു തപ്പിത്തടഞ്ഞ് ഒരു രൂപം ഇറങ്ങി വന്നു.

ക്ഷമിക്കൂ. നിങ്ങളെ പേടിപ്പെടുത്താൻ എനിക്ക് ഉദ്ദേശ്യമില്ല. ഇവിടെ

ഇങ്ങനെയാ. അധികമാരും ഇവിടെ വരാറില്ല. എന്റേത് തികച്ചും ഒരു ഏകാന്ത ജീവിതമാണ്. ഒരു ദീർഘ നിശ്വാസത്തോടെ ആ രൂപം പറഞ്ഞുനിറുത്തി. ഇത്രമാത്രം തൂങ്ങപ്പെട്ട ഒരു രൂപത്തെ കുമാരന്മാർ ഇതിനു മുമ്പു കണ്ടിട്ടില്ല. കണ്ണും വായുമെല്ലാം നിറഞ്ഞു തുളുമ്പി താഴേക്ക് ഇറ്റിറ്റു വീഴുന്നു. ചെറു ചെളിക്കുണ്ടിലേക്ക്, അദ്ദേഹത്തിന്റെ നീളൻ മുടികൾ കെട്ടിവയ്ക്കാത്ത ചൂലുപോലെ അലസമായിരുന്നു. അദ്ദേഹം നീലനിറമുള്ള നീണ്ട ളോഹ ധരിച്ചിരുന്നു. സംസാരിക്കുമ്പോൾ വിറയ്ക്കുന്നുണ്ടായിരുന്നു.

രാജകുമാരന്മാർ സാഷ്ടാംഗം വീണു നമസ്ക്കരിച്ചു പരിചയപ്പെടുത്തി. ഇൻഡിഗോ രാജകുമാരൻ പിന്നെ, കാര്യങ്ങൾ മുഴുവൻ വിശദമായി പറഞ്ഞു കേൾപ്പിച്ചു.

അതത്രയും സാകൂതം കേട്ടിരുന്ന മഴയുടെ മുഖം ഏറെ നിർജീവമായിരുന്നു. ഒളി മങ്ങിയിരുന്നു. കണ്ണു തള്ളി, മൂക്കു ചീറ്റി, പിന്നെ ചുമച്ചു. പെട്ടെന്നു കഥ പറഞ്ഞു നിർത്തിയ ഇൻഡിഗോ രാജകുമാരൻ ചോദിച്ചു:

"അങ്ങു ഞങ്ങളെ സഹായിക്കുമോ?"

"ങ്... ആ.... ആ... ആച്ഛീ....!" എനിക്കൊന്നു കിടക്കണം. വിറയാർന്ന സ്വരത്തിൽ മൊഴിഞ്ഞ മഴ ക്ഷീണിതനായി, തന്റെ വൈക്കോൽ കട്ടിലിൽ കിടന്നു. അനങ്ങാതെ കിടന്ന മഴയുടെ അരികിൽ രാജകുമാരന്മാർ അക്ഷമരായി നോക്കിനിന്നു. പിന്നെ പതുക്കെ ഞരങ്ങിയും മൂളിയും അദ്ദേഹം എഴുന്നേറ്റു വന്നു.

"ഞങ്ങളെ സഹായിക്കില്ലേ....!" കുമാരന്മാർ ഒന്നിച്ചു ചോദിച്ചു. അതുകേട്ട ഉടനെതന്നെ അദ്ദേഹം വീണ്ടും തന്റെ കട്ടിലിലേക്കു മറിഞ്ഞു. പീതവർണ രാജകുമാരൻ പിന്നെയും പിന്നെയും ചോദിച്ചുകൊണ്ടിരുന്നു.

"എന്നോടു ചോദിച്ചതുകൊണ്ട് ഒരു കാര്യവുമില്ല. കുമാരന്മാരെ, ആ സൂര്യനില്ലേ, അയാൾ ഒരിക്കലും സമ്മതിക്കില്ല. ഒരു പ്രതീക്ഷയും വേണ്ട. ഞാൻ ഒരിക്കൽ അയാളെ ഒന്നു ചെറുതായി നനച്ചു". ഒരു ചെറു കളിയാക്കിച്ചിരി ആ മുഖത്തു പരന്നു. പിന്നെ തുടർന്നു. "അയാൾ ആകപ്പാടെ ചമ്മിപ്പോയി. കഴിഞ്ഞ ആഴ്ച നമ്മുടെ സംവത്സരം നടത്തിയ പാർട്ടിക്ക്, ഈ പൊങ്ങച്ചക്കാരൻ, ദുരഭിമാനി ധരിച്ചിരുന്ന ഉട

യാടകൾ അന്നു കാണേണ്ടതായിരുന്നു. ഇത്ര വൃത്തികെട്ട വേഷവിധാനം എന്റെ ജീവിതത്തിൽ ഞാൻ കണ്ടിട്ടില്ല. എനിക്കു പിടിച്ചില്ല. അയാൾക്കാണെങ്കിൽ വലിയ ഗമയും. പിന്നെ എനിക്കു വേറൊന്നും ചെയ്യാനില്ലായിരുന്നു. അങ്ങു നനച്ചുകളഞ്ഞു. നാണം കെട്ടുപോയി അയാൾ... കലിതുള്ളി ഇറങ്ങിപ്പോയപ്പോൾ എല്ലാവരും കളിയാക്കിച്ചിരിച്ചു.''

ഇപ്പോഴും ആ ഓർമ മഴയെ വീർപ്പുമുട്ടിക്കുന്നുണ്ട്. ഗർഗര ശ്വസനം തുടർന്നുകൊണ്ടിരുന്നു. വിഷാദം പരന്ന കവിളിലൂടെ ഒന്നുരണ്ടു കണ്ണീർത്തുള്ളികൾ ഒലിച്ചിറങ്ങി.

''ഇത്ര രസകരമായ ഒരു സംഭവം ഞാൻ കണ്ടിട്ടേയില്ല...''

സ്വതസിദ്ധമായ തന്റെ നിരുത്സാഹപൂർണമായ ഭാവനിലയ്ക്ക് അല്പം വ്യത്യാസം വന്ന ആ സമയം രാജകുമാരന്മാർ മുതലെടുക്കാൻ ശ്രമിച്ചു. ഏറെക്കുറെ വിജയിച്ചു. സൂര്യനെ കൊണ്ടുവരാമെങ്കിൽ മഴയും വരുമെന്നായി. രാജകുമാരന്മാർ തിരികെ പോകാനൊരുങ്ങുമ്പോൾ ചുരുണ്ടുകൂടിയ മഴ പറഞ്ഞു:

''പെട്ടെന്ന് അങ്ങനെ പോകാതെ... ആറുമാസം എനിക്ക് ഒന്നും ചെയ്യാനില്ല. എനിക്കുകിട്ടിയ പകുതിവർഷം കഴിഞ്ഞിരിക്കുന്നു. ഇനിയുള്ള ആറുമാസം തികച്ചും ഏകാന്തമാണ്.''

തിടുക്കത്തിൽ പോകാൻ തുനിഞ്ഞവർ ഒന്നുനിന്നു. ഈ പെട്ടെന്നുള്ള പോക്ക് മഴയെ ചൊടിപ്പിക്കുമോ എന്നും, ഒരു വേള തന്ന വാക്കു മാറ്റുമോ എന്നും അവർ ഭയന്നു. നീലവർണ രാജകുമാരന്റെ പതിഞ്ഞ സ്വരത്തിലുള്ള വാക്കുകളിൽ ആശ്വാസം ഏറെ ഉണ്ടായിരുന്നു.

''ഞാൻ നേരെ സംവത്സരത്തിനടുത്തേക്കാണു പോകുന്നത്. എന്നിട്ടു നോക്കട്ടെ. അങ്ങയുടെ ഇഷ്ടം പോലെ പോകാനും വരാനും ഉള്ള സ്വാതന്ത്ര്യം അനുവദിപ്പിക്കാനാവുമോ എന്ന്....''

''ഉവ്വോ....?!'' സന്തോഷം കൊണ്ട് വീർപ്പുമുട്ടിയ മഴ തന്റെ നനവാർന്നശരീരംകൊണ്ട് അവരെ കെട്ടിപ്പുണർന്നു. പിന്നെ അവർ ഇറങ്ങി ഓടി.

ഇവിടെ ഭൂമിയിൽ വയലറ്റു രാജകുമാരി ഇപ്പോഴും അബോധാവസ്ഥയിൽത്തന്നെ. ഓരോ മിനുട്ടിലും അവൾ കൂടുതൽ തളർന്നുകൊ

ണ്ടിരുന്നു. കൊട്ടാര ഭിഷഗ്വരൻ സമയം പോകുന്നതിൽ വ്യാകുലപ്പെട്ടു. അപകടത്തെക്കുറിച്ചു മുന്നറിയിപ്പു നൽകി.

രാജകുമാരന്മാർ ആറുപേരുംകൂടി സംവത്സരത്തെ കാണാൻതന്നെ തീരുമാനിച്ചു. വളരെ പ്രായമുള്ള നീണ്ട താടിയുള്ള ഒരു വന്ദ്യവയോധികനായിരുന്നു സംവത്സരം. കണ്ണടയ്ക്കു മുകളിലൂടെ കുമാരന്മാരെ കണ്ട മാത്രയിൽ, എല്ലാം മനസ്സിലാക്കുന്ന അദ്ദേഹം, താൻ എപ്പോഴും കയ്യിൽ കൊണ്ടു നടക്കുന്ന ഘടികാരം മാറ്റിവെച്ചിട്ടു പറഞ്ഞു.

“എനിക്കറിയാം നിങ്ങൾക്കു വേണ്ടതെന്തെന്ന്. അത് അനുവദിച്ചു തരാനും തയ്യാറാണ്. പക്ഷേ പ്രത്യുപകാരമായി രണ്ടു കാര്യങ്ങൾ ചെയ്യണം. ഒന്ന് ഓരോ വർഷാവസാനത്തിലും ഭൂമിയിലെ എന്റെ അവസാനത്തെ ദിവസം കാര്യമായി ആഘോഷിക്കുകയും സ്നേഹവായ്പുകളോടെ എനിക്ക് യാത്രയയപ്പു നൽകുകയും വേണം. രണ്ട്, എന്റെ മകൻ പുതുവർഷത്തെ സ്വീകരിക്കേണ്ടത് പുതുപുത്തൻ നല്ല നല്ല തീരുമാനങ്ങളുമായി ആയിരിക്കണം. ഓരോ പുതുവർഷത്തിലും കൂടുതൽ നല്ല മനുഷ്യരെ എനിക്ക് ഈ ഭൂമിയിൽ കാണണം.”

രാജകുമാരന്മാർ നൂറുവട്ടം സമ്മതിച്ചെന്നു മാത്രമല്ല. ഉടനെതന്നെ ഇക്കാര്യം ഭൂമിയിൽ ഉത്തരവാക്കി. പിന്നെ അവർ സൂര്യനെയും മഴയേയും കാണാൻ തിടുക്കത്തിൽ പുറപ്പെട്ടു.

”അത്ഭുതകരമായിരുന്നു.... എനിക്കറിയാമായിരുന്നു. നിങ്ങൾക്കതിനു കഴിയുമെന്ന്.” സൂര്യൻ തുറന്നടിച്ചു.

“കൊ... കൊ... കൊള്ളാം... ആ... ആ... ആച്ഛീ....” മഴ തുമ്മാനും ചീറ്റാനും തുടങ്ങി.

“പക്ഷേ ഞങ്ങളെങ്ങിനെയാ ഒന്നിച്ചു വരിക...?” സൂര്യനു സംശയമായി. “ഞാനേതായാലും മഴയുടെ അരികിലേക്കില്ല. സ്ഥിരതയില്ലാതെ ചാഞ്ചാടുന്ന ആ കിളവനു പുറത്തിറങ്ങാനുള്ള ആരോഗ്യം ഉണ്ടോ എന്നുപോലും ഞാൻ സംശയിക്കുന്നു. ഞങ്ങളെ രണ്ടുപേരേയും പരസ്പരം ബന്ധിപ്പിക്കാൻ ഒരു മാർഗം കണ്ടുപിടിക്കേണ്ടിയിരിക്കുന്നു.”

സൂര്യൻ പറഞ്ഞതിൽ വളരെ കാര്യമുണ്ടെന്നു മനസ്സിലാക്കിയ രാജകുമാരന്മാർ സംശയത്തോടെ പരസ്പരം നോക്കി നിന്നു. എന്നിട്ടു കൈകൾ കോർത്ത് അർധചന്ദ്രാകാരമായ ഒരു പാലമായി അവർ ആകാ

ശത്തിനു കുറുകെ പാഞ്ഞു. ആകാശത്തിന്റെ രണ്ടറ്റത്തുമുള്ള ഈ രാജവംശങ്ങളെ തമ്മിൽ ബന്ധിപ്പിക്കാൻ, വിവിധ വർണ്ണ രാജകുമാരന്മാർ തങ്ങളുടെ ശരീരം നീട്ടി നീട്ടി വലുതാക്കി വളച്ചു. സൂര്യൻ സോല്ലാസം ത്ധടിതിയിൽ നടന്നു തുടങ്ങി. മഴയാകട്ടെ അറച്ചറച്ചു മുന്നോട്ടു വന്നു. എന്നിട്ടവർ ആ മാരിവില്ലിലൂടെ നടന്നടുത്തു. പൊടുന്നനെ മഴ പെയ്തു തുടങ്ങി. സൂര്യനാകട്ടെ ഏറെ പ്രസാദത്തോടെ പ്രകാശിച്ചു. മഴയും വെയിലും ഒന്നിച്ചു...!

വയലറ്റു രാജകുമാരി എല്ലാ അസുഖങ്ങളും മാറി കണ്ണു തുറന്നു. "എവിടെ, എവിടെ എന്റെ കൂടപ്പിറപ്പുകൾ?" അവൾ ചോദിച്ചു. അങ്ങകലെ ആകാശത്തു സൗന്ദര്യത്തോടെ തെളിഞ്ഞുനിൽക്കുന്ന മാരിവില്ലു ചൂണ്ടി രാജസേവകർ പറഞ്ഞു. ദാ അവിടെ....!

അവിടേയാണ് എന്റേയും സ്ഥാനം. എനിക്ക് അങ്ങോട്ടുപോകണം എന്നുപറഞ്ഞ് വയലറ്റു രാജകുമാരി സ്വയം ഉയർന്നു പൊങ്ങി ആകാശം മുറിച്ച് ആ മഴവില്ലിന്റെ ഏറ്റവും ഉയർന്ന സ്ഥാനത്തേക്ക് ഇടം പിടിച്ചു. രാജകുമാരിയും പിന്നെയാ രാജകുമാരന്മാരും അഴകിൻ കതിരുകൾ പൊഴിച്ചുകൊണ്ട് അവിടെ കുടികൊള്ളുന്നു. ഇന്നും, എന്നും!

മഴയും, വെയിലും ഒന്നിച്ച് ആ പാലം കടക്കുമ്പോൾ നിങ്ങൾക്കു കാണാം സ്നേഹത്തിലും ഒരുമയിലും ഒന്നായിച്ചേർന്ന ഒരു വർണ്ണ കുടുംബത്തിന്റെ മഴവിൽക്കൂടാരം...!

■

നന്ത്യാർവട്ട പൂക്കളും ഒടിച്ചുകുത്തി നാരകവും

വീട്ടുമുറ്റത്തെ മാവിലും, പ്ലാവിലും, അരളിയിലും, പേരയിലും, പിന്നെ തെങ്ങോല തുമ്പത്തുമിരുന്ന് ഹൃദയം തുറന്നുരുവിടുന്ന കിളിയൊച്ച കേട്ടാണ് ഞാനെന്നും ഉണരുന്നത്. നേരത്തെ ഉണർന്നെഴുന്നേറ്റ ഈ കിളികൾക്ക് ഏറെ പുഴുക്കളെ പ്രഭാതഭക്ഷണമായി കിട്ടിയ സംതൃപ്തി ഈ കിളിക്കൊഞ്ചലിൽ തങ്ങിനിൽക്കുന്നു. അതാണ് എന്നെ ഏറെ ഉന്മേഷവാനാക്കുന്നതും. വീടിന്റെ മട്ടുപ്പാവിൽ സജ്ജമാക്കിയ വ്യായാമ ഉപകരണങ്ങളുമായി മല്ലിടുന്ന എന്നിക്കു കൂട്ട്, ഹൃദ്യമായ ഈ കിളിയൊച്ച തന്നെ. യൂട്യൂബിലെ ഭക്തിഗാനങ്ങളുടെ അകമ്പടിയോടെയത്രേ ഈ നാദബ്രഹ്മം എന്നിലേക്കൊഴുകുന്നത്.

മട്ടുപ്പാവിനു ചുറ്റും വലം വെച്ച് നടക്കുമ്പോൾ വീടിനു ചുറ്റും കാണാൻ കഴിയുന്നുണ്ട്, വാഴക്കുമ്പിലെ തേൻ നുകരാനെത്തുന്ന കുരുവികളും, പേരക്കായും ചിക്കുവും കാർന്നു മോഷ്ടിക്കാനെത്തുന്ന അണ്ണാറക്കണ്ണന്മാരും, പഴമാങ്ങ കൊത്തിപ്പറിച്ചിടുന്ന കാക്കത്തമ്പുരാട്ടികളും, നിശാ സ്നേഹികളായ വവ്വാലും മറ്റും ഇവിടെ തുടർസന്ദർശകരാണ്. അതത്രേ അവകളെ ഏറെ ആകർഷിക്കുന്നതും. ചുറ്റും വിടർന്നു നിൽക്കുന്ന പൂക്കളായ പൂക്കളെല്ലാം അവാച്യമായ നയനസുഖം തരുന്നു. ആന്തൂറിയവും ഓർക്കിഡും റോസും മഞ്ഞരളിയും പിന്നെ ഇടക്കിടെ വെളുത്തുള്ളി മണം പേറുന്ന വള്ളിച്ചെടിയുടെ ഇല കാണാനാവാതെ നിറഞ്ഞുനിൽക്കുന്ന നീല കോളാമ്പി പൂക്കുലകളും ഏറെ ഹൃദ്യം തന്നെ.

എന്നാൽ ഒരു ഒറ്റയാനെപ്പോലെ വളർന്നു, നിറഞ്ഞു പൂത്തുലഞ്ഞു വെള്ളപൂക്കളുമായി നിൽക്കുന്ന നന്ത്യാർവട്ടമാണ് എന്നിലെ ഗൃഹാതുരത്വത്തെ ഇക്കിളിയിട്ടുണർത്തുന്നത്. എന്തേ ഈ നന്ത്യാർവട്ട പൂക്കൾ എന്നിൽ ഗതകാല സ്മരണകൾ ഉണർത്തുന്നതും വികാരവലയം കൊണ്ട് എന്നെ മൂടുന്നതും? പത്തറുപതു വർഷങ്ങൾക്കപ്പുറത്തേക്ക് ദീപ്തമായ സ്മരണകൾ ചിറകടിച്ചുണരുകയാണ്. ഓടിക്കളിച്ച് വളരുന്ന കുട്ടിക്കാലം. സ്ക്കൂൾ അവധികിട്ടിയാൽ ഞങ്ങൾക്കെത്തണം അവിടെ അമ്മ വീട്ടിൽ. തകഴിപാലവും കടന്നു പച്ച ചെക്കിടിക്കട്ടെ അമ്മവീടിന്റെ മുന്നിലെ ചെറുതോടും പിറകിൽ പച്ചപ്പാടവും

നിറഞ്ഞ ശാദ്വല ഭൂമിതന്നെ ഏറെ ഹൃദ്യം. ചെറുതണുപ്പുള്ള ഇളം കാറ്റും ഇടതൂർന്നുള്ള മരച്ചില്ലകളിലൂടെ അരിച്ചിറങ്ങുന്ന സൂര്യരശ്മികളും, സൂര്യാസ്മതയശേഷം ചേക്കേറാനെത്തുന്ന കൊക്കും മുണ്ടിയും കുളക്കോഴിയും ഈ ചേക്കവെടിക്കാടിന്റെ സ്വന്തമാണ്. അരയോളം വെള്ളമുള്ള തോട്ടിൽ ചാടിയുള്ള കുളിയും ചെറുവള്ളം തുഴച്ചിലും ചൂണ്ടയിട്ട് മീൻപിടിക്കലും വീട്ടുമുറ്റത്തെ ചാമ്പക്കയും കുടംപുളിയും പറങ്കിപ്പഴവും കരിക്കിൻ വെള്ളവും ഹൃദയാന്തരങ്ങളിൽ ഇന്നും തങ്ങിനിൽക്കുന്നു.

ഇവിടെനിന്നും ഉച്ചകഴിഞ്ഞു ഒന്നരമണിക്കുള്ള ബോട്ടിൽപോയാൽ, ഈ വീടിനു ഒരുമൈൽ അപ്പുറത്തെ കായലിൽ എത്താം. അവിടെ വളവര വള്ളവും ഊന്നുകാരുമായി അമ്മാച്ചന്മാരുണ്ടാകും. പട്ടണവാസികളെ സ്വീകരിക്കാൻ. വളവരവള്ളവും, മെത്തപ്പായും ആഢ്യതയുടെ പ്രതീകങ്ങളാണ്. ഈ വള്ളമാണ് അവിടെ ആകെയുള്ള യാത്രാമാർഗ്ഗം. വീട്ടുമുറ്റത്തു വേലിക്കൊപ്പം നിറഞ്ഞു പുഷ്ടിച്ചു നിൽക്കുന്ന നന്ത്യാർവട്ടചെടിയും, തൊട്ടടുത്തുള്ള ഒടിച്ചുകുത്തി നാരകവും എന്റെ മനസ്സിൽ ഇന്നു പച്ചച്ച് നിൽക്കുന്നു. വെള്ളാരം കല്ലുകൾ ഇട്ട കൂജയിലെ തണുത്ത വെള്ളത്തിൽ ഈ നന്ത്യാർവട്ട പൂക്കൾ ഇട്ടു കണ്ണിൽ ഒഴിച്ചു തരുന്ന അമ്മച്ചിയമ്മ എത്ര സുഖാനുഭൂതി നൽകിയിരുന്നു. ഒടിച്ചുകുത്തി നാരങ്ങക്ക് ഇപ്പോഴത്തെ മഞ്ഞനിറം ഒട്ടുമേയില്ല. പച്ചനിറവും പിന്നെ ഒത്തിരി മുള്ളുകളും അതിനുണ്ട്. നാരങ്ങ പിഴിഞ്ഞ്, ഉപ്പും മുളകും ചെറുള്ളിയുമായി കലക്കി തരുന്ന ശീതള പാനീയത്തിന്നരുകിൽ ഒരു കുലുക്കി സർബ്ബത്തിനും ഷാർജ ഷെയ്ക്കിനും എത്താനാവില്ല. വയസ്സ് ഏറെയായിട്ടും ഓർമകളിലേ ഈ രുചിക്കും മണത്തിനും തെല്ലും മങ്ങൽ ഏറ്റിട്ടില്ല.

അങ്ങ് ദൂരെ ദൂരെ വരെ നീണ്ടു കിടക്കുന്ന പച്ചപാടത്തിനിടയിൽ പാമ്പ് പോലെ വളഞ്ഞും തിരിഞ്ഞും കിടക്കുന്ന വരമ്പിലൂടെയുള്ള നടത്തം ഒത്തിരി രസമുള്ളതായിരുന്നു. ആത്മാർത്ഥമായി എല്ലുമുറിയെ പണിയെടുക്കുന്ന വയൽ പണിക്കാർ പട്ടണവാസി കുഞ്ഞുങ്ങളെ ഏറെ സ്നേഹത്തോടെ നോക്കിനിൽക്കും. എന്നാൽ ഈ സ്നേഹവായ്പുകൾ പ്രകടിപ്പിക്കാനോ ശരീരത്തിൽ തൊടാനോ അവർക്ക് ആകുമായിരുന്നില്ല. അവർ അകന്നേ നിൽക്കാവൂ. അവർ പാട്ട് പാടിക്കൊണ്ടാണ് പാടത്തെ പണിയെല്ലാം ചെയ്യുന്നത്. അവരുടെ നാടൻ ശീലുകൾ പട്ട

ണവാസികൾക്ക് അത്ര പിടിക്കാറില്ല. ഒത്തിരി സംഗീതമുള്ള സിനിമാ പാട്ടുകൾ റേഡിയോയിലൂടെ കേട്ടു രസിക്കുന്നവർക്ക് എങ്ങനെ പിടിക്കാനാണ് ഈ നാടൻ ശീലുകൾ? പക്ഷേ ഇന്നറിയുന്നു ആ പാട്ടിന്റെ വരികളിൽ നാടിന്റെ ആത്മാവും രുചിയും ഉണ്ടെന്നും ആ ഈണം നമ്മുടെ സിരകളിൽ അലിഞ്ഞു ചേർന്നെന്നും. ഉദയാസ്തമയങ്ങൾക്കിടയിൽ നിർത്താതെ, ആത്മാർത്ഥമായി പണിയെടുക്കുന്ന ഈ പണിയാളുകൾ നമ്മുടെ കൃഷിയിടങ്ങളിലെ അന്യം നിന്ന ജോലി മാഹാത്മ്യത്തിന്റെ ഓർമ്മകൾ മാത്രമായി ഇന്നും അവ അവശേഷിക്കുന്നു.

എത്ര രുചിയോടും ആവേശത്തോടും കൂടിയാണ് അവർക്ക് കൊടുക്കുന്ന ആഹാരം അവർ കഴിക്കുന്നത്? മേശയും കസേരയും പിഞ്ഞാണങ്ങളും അവർക്ക് അനുവദിച്ചിട്ടില്ല. മുറ്റത്തെ വാഴച്ചോട്ടിൽ, നിലത്തിരുന്ന്, മണ്ണിൽ കുഴിയുണ്ടാക്കി, അതിൽ വാഴയിലയിട്ടു പാത്രമാക്കി വിളമ്പുന്ന ആഹാരം ആർത്തിയോടും അതിലേറെ സന്തോഷത്തോടും കഴിക്കുന്നു. ചോറും, കപ്പപ്പുഴുക്കും പിന്നെ ഉണക്ക അയലയും തേങ്ങയും കൂട്ടിയുള്ള ഇളം ഓറഞ്ചുനിറത്തിലുള്ള ചമ്മന്തിപ്പൊടിയും അവർ കഴിക്കുന്നത് ഞങ്ങൾ നോക്കി നിൽക്കും കൊതിയൂറും നാവോടെ. പക്ഷേ ഞങ്ങൾക്ക് അകത്തു തീൻ മേശയിൽ പൂക്കൾ വരമ്പുള്ള വെള്ള പിഞ്ഞാണത്തിൽ താറാവ് റോസ്റ്റും പുഴമീൻ പൊള്ളിച്ചതും കാച്ചുമോരും മീനച്ചാറും കൂട്ടിയുള്ള ആർഭാടമായ ഊണ്! പിന്നെ അവസാനം ചോറും തൈരും പാനിയും പൂവൻപഴവും കൂട്ടിയിളക്കിയ നാടൻ പുഡിംഗും! എന്നാലും ഉണക്ക അയലയും തേങ്ങയും കൂട്ടിയുള്ള ചമ്മന്തിപ്പൊടിയുടെ രുചി ഒന്നു വേറെയാണ്. അന്നും ഇന്നും. ആ മീൻപൊടി ചമ്മന്തി ഇന്നും എന്റെ ചോറൂണിന്റെ ഭാഗമാണ്. നിർബന്ധമായും എനിക്ക് അതുവേണം ഇടക്കിടെ.

സൂര്യാസ്തമയത്തിനുശേഷമത്രെ കൂലികൊടുക്കൽ. പുഴക്കടവിൽ ചെന്നു കൈകാലുകൾ വൃത്തിയാക്കി അരയിൽ കെട്ടിയ തോർത്തു മുണ്ട് തോളിൽ ചുറ്റിയാണ് അവർ കൂലിക്കെത്തുന്നത്. കൂലി പണമായി നൽകാറില്ല. പകരം കൊയ്തൊടുത്ത നെല്ലാണ് കൊടുക്കുക. കുട്ടകൾ വഴി നിലവറയിൽ നിറയുന്ന നെന്മണികളാണത്രെ ആ തറവാടിന്റെ ഐശ്വര്യം! പൂമുഖ വാതിലിന്റെ പുറത്ത് തോർത്തു വിരിച്ചു നിൽക്കുന്ന പണിയാളന്റെ തോർത്തിങ്കലേക്കു അമ്മച്ചിയമ്മ ഇടങ്ങഴി നിറയെ നെല്ല് ഇട്ടുകൊടുക്കും മുകളിൽനിന്നും നേരെ കയ്യിൽ കൊടു

ക്കില്ല! അതത്രെ നാട്ടുനടപ്പ്!

കൈ തൊടാതെ മുകളിൽനിന്നും കൂലിയായി ഇട്ടുകൊടുക്കുന്ന നെന്മണികളും തീൻമേശയിലെ ഉണക്കമീൻ ചമ്മന്തിയും വീട്ടുമുറ്റത്തെ നന്ത്യാർവട്ട പൂക്കളും ഇന്നലെകൾക്ക് ജീവൻ വച്ചു എന്റെ മുന്നിൽ നിൽക്കുന്നു. വറ്റാത്ത ഓർമകളുടെ ജലധാരയായി....!

ഇന്നു ആറുപതിറ്റാണ്ടു കഴിഞ്ഞപ്പോൾ ആ ഗ്രാമം ആകെ മാറിയിരിക്കുന്നു. നാഗരികതയുടെ കുഞ്ഞു ഒളികൾ നോക്കിയപ്പോൾ ഗ്രാമീണഭംഗി പോയി മറയുന്നു. മുന്നിലെ തോടിന്റെ വീതി കുറെ കര ഏറ്റു. കരക്ക് വീതികൂട്ടി റോഡ്ആക്കാൻ.ആമ്പൽകുളവും കുടിവെള്ള സ്രോതസ്സും പൈപ്പ് വെള്ളത്തിനു വഴിമാറി. പക്ഷി കൂട്ടങ്ങൾക്കു ചേക്കേറാൻ വാടപറമ്പും ആഞ്ഞിലിക്കാടും ഇല്ലപോലും. പഴമയുടെ സ്മാരകമായിരുന്ന അറയും നടുമുറ്റവും ഉള്ള വീടുമാറി മണി മാളിക ഉയർന്നു. കാർപോർച്ചും മൊസൈക്കും ആധുനിക ഭംഗി വരുത്തി. നന്ദിയാർവട്ടവും ഒടിച്ചു കുത്തിയും ചാമ്പയും അവിടെ കാണാനില്ല. പച്ചപ്പാടവും നെൽക്കതിർ നൃത്തമിടുന്ന ശ്വാദളഭൂവും ഇളംകാറ്റും ഇപ്പോഴും അവിടെ തങ്ങി നിൽക്കുന്നു. ഇത്തിരിക്കെങ്കിലും ആശ്വാസം ബാക്കി വച്ചു...

■

പ്രഭാതത്തിലെ സഹ ഓട്ടക്കാർ

പ്രഭാതകിരണങ്ങൾ കിഴക്കേ ചക്രവാളത്തിൽ എത്തി നോക്കുന്നതേയുള്ളൂ. ഇല തുമ്പിലെ മഞ്ഞുകണങ്ങൾക്കു അധികനേരം പിടിച്ചു നിൽക്കാനാവില്ല. ചൂട് ഏറുമ്പോൾ പാവം മഞ്ഞുകണം ഇല്ലാതാവുമല്ലോ.

അപ്പോഴേ അവർ ഇറങ്ങിക്കഴിഞ്ഞു. കവാത്തിനുകാലമായി. തൊപ്പിയോ മംഗി ക്യാപ്പോ തലയിൽ, കഴുത്തിൽ ചിലപ്പോൾ മഫ്ളറും ചുറ്റിയിരിക്കും. വേഷം എന്തും ആകാം. ടീ ഷർട്ടും ഷോർട്ട്സും അല്ലെങ്കിൽ പാന്റ്സോ ട്രാക്ക് സ്യൂട്ടോ ആയിരിക്കും. തനി നാടൻ മടക്കികുത്തിയ മുണ്ടുകാരും ഉണ്ട് വേണ്ടുവോളം. ഷൂസും സോക്കസും വെറും ചെരുപ്പും അവർക്കുണ്ടാകും.

പിന്നെ റോഡിലേക്ക് ഇറങ്ങുകയായി. ഒറ്റക്കും പെട്ടക്കും ചെറുകൂട്ടത്തോടും അവർ ശരീരപുഷ്ടിക്കായി നടത്തം തുടങ്ങിക്കഴിഞ്ഞു. ചിലപ്പോൾ ഇത്തിരി സ്പീഡിൽ നടക്കും. സ്ത്രീ ജനങ്ങളും ഉണ്ട് കേട്ടോ. പക്ഷേ അവർ ഒറ്റക്ക് ആയിരിക്കില്ല. ആകാശക്കീഴെ എന്തും അവർ സംസാരിക്കുന്നു. സംസാരപ്രിയർ അല്ലാത്തവർ ഒറ്റയ്ക്ക് ആയിരിക്കും. അവർക്ക് ചിന്തിക്കാൻ വേറെ ഉണ്ട്. അല്ലെങ്കിൽ ആശ്രയം യൂ ട്യൂബ് ഗാനങ്ങൾ തന്നെ. ചെവിയിൽ ഇയർഫോൺ ഫിറ്റ് ചെയ്ത് പാട്ടുകേട്ടു നടക്കും. പാട്ടിന്റെ ഈരടികളിലെ വികാരവിന്യാസം ആ മുഖത്ത് പ്രതിഫലിക്കുന്നത് കാണാം. ഇടക്ക് ഇത്തിരി നിന്നോ ഇരുന്നോ കുപ്പിവെള്ളം കുടിച്ചോ താൽക്കാലിക ക്ഷീണ ശമനം വരുത്തും. റോഡുവക്കിലെ താൽക്കാലിക ഇരുപ്പിടങ്ങളിൽ ഇരുന്നു കൂടെ കൊണ്ടുവന്ന ചെറുകടികൾ കഴിക്കുന്ന പെൺകൂട്ടായ്മയും ഞാൻ കണ്ടിട്ടുണ്ട്.

യോനെക്സ് റാക്കറ്റ് പുറകിൽ തൂക്കി, സ്പോർട്ട്സ് കിറ്റുമായി സ്ക്കൂട്ടറിൽ, പ്രഭാതകളിക്കിറങ്ങുന്ന പുത്തൻതലമുറക്കാരും ഏറെ ഉണ്ട് റോഡിൽ. അടുത്തുള്ള പള്ളിയിലെ വികാരി അച്ഛനും, ചിലപ്പോൾ ബിഷപ്പ് തിരുമേനിയും നടക്കുന്നത് കാണാം. ഒന്നിച്ചല്ല, രണ്ടുപേരും രണ്ടു സ്ഥലത്താണ് താമസം. അവർ സുകൃതജപം ചെല്ലുന്നുണ്ടാവും. ഒരുപക്ഷേ, ബലി അർപ്പണ മദ്ധ്യേ നടത്തേണ്ട ബൈബിൾ വിചിന്തനം മനനം ചെയ്യുക ആയിരിക്കും അവർ.

വാഹനങ്ങളിലും, മറ്റും കടപ്പുറത്തു എത്തി, തീരത്തുകൂടിയും റോഡ് അരികിലെ കല്ല് പാകിയ നടപ്പാതയിലൂടെയും തണുവുള്ള

കടൽക്കാറ്റ് ഏറ്റു നടക്കുന്നവരും ഉണ്ട് ഏറെ. കടൽതീരത്തെ പഞ്ചാര കുഴ മണ്ണിലൂടെ കഷ്ടപ്പെട്ട് നടക്കുന്ന ചെറുപ്പക്കാരുടെ നിരതന്നെ വേറെ ഉണ്ട്. ചെരിപ്പും ഷൂസും ഇല്ലാതെ അവർ പ്രകൃതിയോട് ഏറെ അടുത്ത് ഇടപഴകുന്നു. അതിന്റെ സുഖം ഒന്നു വേറെയാണ്.

വാഹനങ്ങൾ ചീറിപായുന്ന റോഡിലൂടെ നടത്തതിലെക്കാളും കൂടുതൽ രക്ഷാകരം ഈ സുന്ദരമായ കടൽക്കാറ്റു ഏറ്റുള്ള നടത്തം തന്നെ. പട്ടികൂട്ടങ്ങളുടെ വിഹാരമാകാറുണ്ട് ഇവിടെയെല്ലാം. പ്രത്യേകിച്ച് കന്നി മാസകാലങ്ങളിൽ. പ്രകോപിപ്പിച്ചാൽ പ്രശ്നമാണ്. ചെറുകടിയേറ്റവരെ ആശുപത്രിയിൽ കൊണ്ടുപോയിട്ടുണ്ട്.

ഇതു ഇന്നിന്റെ പ്രത്യേകതയാണ്. ഈ വ്യായാമപ്രക്രിയ. ജനം കൂടുതൽ ആരോഗ്യചിന്തകരായിരിക്കുന്നു. പ്രകൃതി കനിയുന്നെങ്കിൽ ആണ്ടുവട്ടം മുഴുവൻ ഇവർ റോഡിൽ ഉണ്ടാകും.

ദമ്പതികളും ഇണക്കിളികളും അല്ലാത്തവരും ഇരട്ടക്ക് നടന്നു നീങ്ങും. എന്തായിരിക്കും ഈ ദമ്പതികൾ പറഞ്ഞു നടക്കുക? ഒത്തിരി കാര്യങ്ങൾ അവർക്ക് പറയാനുണ്ടാവും. വീടിനുള്ളിൽ പറയാൻ പറ്റാത്തതും കാണുമായിരിക്കും. ചിലരോ അകന്നായിരിക്കും നടക്കുക. പ്രത്യേകിച്ച് പ്രായം ഏറെ ആയവർ.

എഴുപതിനുമേൽ പ്രായം ഉള്ള ഒരു ഭാര്യയേയും ഭർത്താവിനേയും ഞാൻ എന്നും ശ്രദ്ധിക്കാറുണ്ട്. അവർ ഒന്നിച്ചല്ല നടക്കുന്നത്. പുള്ളിക്കാരൻ ഇത്തിരി മുന്നിലാണ് പോക്ക്. അവരോ ഇത്തിരി പിറകിലും. എന്തോ വശ്യത അവരിൽ കാണുന്നുണ്ട്. അതത്രെ അവരുമായി കൂടുതൽ അടുപ്പിക്കുന്നതും. സെറ്റുമുണ്ടും കസവുനേരിയതുമാണ് എന്നും വേഷം. കയ്യിൽ ഒരു പൂപാത്രവും ഉണ്ട്, നിറയെ പലവർണ പൂക്കളുമായി. മഞ്ഞരുളിയും ചെമ്പരത്തിയും ചെത്തിയും എടുത്തു കാണിക്കുന്നു. നടവഴിയിൽ എവിടേയോ ഉള്ള ഇഷ്ടദേവിക്കു സമർപ്പിക്കാൻ അവർക്കു തിടുക്കം ഉണ്ടാവാം. ദേവിദർശനം തന്നെ ദിവസത്തുടക്കത്തിന്റെ ഐശ്വര്യവും. അവരെ ഞാൻ എന്നും കാണും. കണ്ടു കണ്ട് പരിചയക്കാരായി.

അദ്ദേഹം ഒരു സലാം തരും. അവരോ ചുണ്ടുകൾ വിടർത്താതെ, ഇടത്തോട്ട് നീട്ടി ഒരു ചെറുപുഞ്ചിരിയും.

അത്രയുമേ ഉള്ളൂ. എങ്കിലും ആ വെളുത്ത മുഖവും നെറ്റിയിലെ വലിയ ചുവപ്പ് വട്ടപൊട്ടും ദേവീദർശനത്തിന് ഏറെ പരുവപ്പെടുത്തിയിരിക്കുന്നു. എന്നും കാണുമ്പോൾ ഞാൻ ഉള്ളിൽ മൊഴിയും എന്റെ

കാര്യംകൂടി ദേവിയോട് പറയുമോ?

ഒരു മഴക്കാലം കഴിഞ്ഞു വീണ്ടും സഹഓട്ടക്കാർ പ്രഭാതത്തിൽ ഒത്തുചേർന്നോടുമ്പോൾ ഞാൻ നോക്കി ആ ഐശ്വര്യമുഖം ഒന്നു കാണാൻ. ഒരു ചെറുപുഞ്ചിരി ആസ്വദിക്കാൻ. ഞാൻ നിരാശനായി. അവരെ രണ്ടുപേരെയും കണ്ടില്ല. രണ്ടുദിവസം കൂടി കടന്നുപോയി. അവരെ കണ്ടില്ല. അവരെ പറ്റിയോ, അവരുടെ വീടിനെപറ്റിയോ ഒന്നും അറിയില്ലായിരുന്നു. അന്വേഷിക്കാൻ പഴുതുകളും ഇല്ലായിരുന്നു. എന്നാലും എന്നും പരതി നോക്കും അവരെ.

അന്നൊരിക്കൽ ഞാൻ കണ്ടു. അദ്ദേഹത്തെ, തനിച്ചായിരുന്നു ഗുഡ്മോണിംഗ് പറഞ്ഞു. ഞാൻ അടുത്തെത്തി. കുശലം ചോദിച്ചു. യാന്ത്രികമായ മറുപടി മാത്രം.

"ചേച്ചി...." ഞാൻ തിരക്കി.

ഇത്തിരി മൗനം... പിന്നെ മുകളിലേക്കു നോക്കി ഇത്ര പറഞ്ഞു.

"അവൾ പോയി."

പിന്നെ ഒന്നും പറയാതെ അദ്ദേഹം നടന്നു നീങ്ങി.

ഇഷ്ടദേവിയുടെ അടുത്തെത്തി. സെറ്റുമുണ്ടും കസവുനേരിയതും ഉടുത്തു. നെറ്റിയിൽ വട്ടപ്പൊട്ടും ചാർത്തി കയ്യിലൊരു പൂപ്പാത്രം നിറയെ മഞ്ഞരുളിയും ചെമ്പരത്തിയും ചെത്തിയുമായി... ചുണ്ടിൽ ഒത്തിരി വിടരാത്ത ചെറുപുഞ്ചിരിയുമായി അവർ നിന്നു. ദേവിപ്രസാദം അവരുടെ മുഖത്തെ കൂടുതൽ വർണമയമാക്കി.

ഓട്ടക്കാർ ഓട്ടം തുടർന്നു...

■

ടോമി ഈപ്പൻ

1947 ആഗസ്റ്റ് 19ന് ജനനം. ആലപ്പുഴയിൽ താമസം. ആലപ്പുഴ ലീയോ XIII സ്ക്കൂൾ, തിരുവനന്തപുരം മാർ ഇവാനിയോസ് കോളേജ്, ഇൻഡോർ ഗവ. ആർട്സ് & സയൻസ് കോളേജ് എന്നിവിടങ്ങളിൽ പഠനം. ഇംഗ്ലീഷ് സാഹിത്യത്തിൽ ബിരുദാനന്തര ബിരുദവും ജേർണലിസത്തിൽ പോസ്റ്റ് ഗ്രാഡ്യുവേറ്റ് ഡിപ്ലോമയും. ഉഴവൂർ സെ.സ്റ്റീഫൻസ് കോളേജിൽ അദ്ധ്യാപകനായി തുടക്കം. ആലപ്പുഴയിലെ ആദ്യത്തെ പാരലൽ കോളേജിന്റെ സ്ഥാപക പ്രിൻസിപ്പാൾ.ആലപ്പുഴ സെന്റ് മേരീസ് സി.ബി.എസ്.ഇ. സെൻട്രൽ സ്ക്കൂൾ & ജൂനിയർ കോളേജ് പ്രിൻസിപ്പൽ. റിട്ടയർമെന്റിനുശേഷം, പാംഫൈബർ (ഇന്ത്യ) പ്രൈ. ലിമിറ്റഡ് എന്ന പ്രമുഖ കയർ കയറ്റുമതി കമ്പനിയിൽ ഉദ്യോഗം. 2019 ഡിസംബറിൽ കമ്പനിയുടെ ജനറൽ മാനേജറായി വിരമിച്ചു. ആലപ്പുഴ സെന്റ്ജോസഫ്സ് വിമെൻസ്കോളേജിലും, മാതാസീനിയർ സെക്കണ്ടറി സ്ക്കൂളിലും ഹ്രസ്വകാല ഗസറ്റ് അദ്ധ്യാപകനായും ജോലി ചെയ്തിട്ടുണ്ട്.

ചെറുകഥകളും, ഓർമ്മക്കുറിപ്പുകളും, നർമങ്ങളും, സിനിമനിരൂപണങ്ങളും, ക്രിസ്ത്യൻ ഭക്തിഗാനങ്ങളും, വിവർത്തനങ്ങളും (ഇംഗ്ലീഷിൽനിന്നും മലയാളത്തിലേക്കും തിരിച്ചും) എഴുതി. ഇംഗ്ലീഷ്-മലയാള മാസികകളിലും ആനുകാലികങ്ങളിലും പ്രസിദ്ധീകരിച്ചിട്ടുണ്ട്. അന്തർദേശീയ റോട്ടറിക്കുവേണ്ടി 5 പുസ്തകങ്ങൾ ഇംഗ്ലീഷിൽ രചിച്ചിട്ടുണ്ട്. നാലു പുസ്തകങ്ങളുടെ പണിപ്പുരയിലാണ്.

ഭാര്യ ഷീല. മക്കൾ സമീപും, ശരത്തും. എറണാകുളത്തും ഊട്ടിയിലുമായി വിന്റർ ലേക്, അനുഗ്രഹ സൃഷ്ടി എന്നീ കെട്ടിടനിർമ്മാണ പദ്ധതികൾ നടത്തിവരുന്നു.

വിലാസം : വാളക്കുഴി, ബാസാർ പോസ്റ്റ്, ആലപ്പുഴ പിഒ - 688012
ഫോൺനമ്പർ: 9447799689, email: tomieapen@yahoo.com, facebook: tomieapen